கதைபாயுதே

இராஜலட்சுமி மகாராஜன்

notionpress.com

INDIA • SINGAPORE • MALAYSIA

Notion Press Media Pvt Ltd

No. 50, Chettiyar Agaram Main Road,
Vanagaram, Chennai, Tamil Nadu – 600 095

First Published by Notion Press 2022

ISBN 979-8-88530-451-1

நான் உயரம் தொடும் தருணங்களை எனக்காக
உருவாக்கித்தரும்

எனக்கு எல்லாமுமான என் கணவன், என்
முதல் வாசகன், முதல் ரசிகன்,

என் மகாராஜன்

பொருளடக்கம்

முகவுரை 7

1. அவசரமாக ஒரு கொலை 11
2. ஜென்ம பயன் 16
3. ஏலியன் காதல் 21
4. லிப்ஸ்டிக் 26
5. புதுப்புது உறவுகள் 32
6. நானும் ரௌடி தான் 37
7. சின்ன சின்ன ஆசை 41
8. ஒரு குட்டிக்கதை 45
9. எல்லாம் அவன் செயல் 49
10. என் காதல் பிறந்த கதை 54
11. காட்டுக்குள்ளே ஒரு நாள் 59
12. திக் திக் இரவு 65
13. நினைவுகள் 69
14. பரிசு 75

15. மாய மஞ்சள் பந்து 81

16. விதியை மாற்றும் பெண்கள் 85

17. அப்பீட்டு 89

18. அரசரின் அந்தரங்கக் காதலி 92

19. அவளுக்கான அடையாளம் 98

20. எல்லாம் அரசியலே 104

21. நீயா 109

22. விதி 115

23. நீ வருவாய் என 120

24. ஒளியிலே தெரிவது... 125

25. செல்லமடி நீ எனக்கு! 137

முகவுரை

2020-ஆம் ஆண்டு இந்த உலகமே பெருந்தொற்றிடம் போராடிக் கொண்டிருந்த போது, நான்கு சுவற்றுக்குள் ஒர்க்-ஃப்ரம்-ஹோம் என்று அந்நாள் வரை வரப்பிரசாதமாக இருந்த ஒன்று, சாபமாக மாறி என்னை வீடு, அலுவல், வேலை என்று உலுக்கிக் கொண்டிருந்தது.

உயிருடன் மண்ணில் புதைந்த ஒரு ஜீவன் அதன் ஆற்றல் மொத்தத்தையும் திரட்டிக்கொண்டு, வெளி வந்து காற்றை சுவாசித்து, உயிர்ப்பித்துக் கொள்ளும் தருணத்தை ஒரு இரண்டு மாத அலுவல் விடுப்பு மூலம் கிடைக்கப் பெற்றேன். அது எனக்கு விடுதலை தந்ததா என்றால் இல்லவே இல்லை. திடீரென ஏற்பட்ட அந்த மயான அமைதியை என் மனதினால் ஏற்க முடியவில்லை. கணவனுக்குப் பிடித்த உணவு, வீட்டுப் பராமரிப்பு, குழந்தைகளுடன் கும்மாளம் என்று மனதைச் செலுத்தினாலும், நான் தேடிய அமைதி எள்ளளவும் இல்லை. பெற்ற பிள்ளைகளுக்குக் கூட 24 மணிநேர கண்காணிப்பும் பாசமும் பிடிக்கவில்லை. மீண்டும் பணியில் சேர்ந்து விடுவோம் என்ற எண்ணம் வந்த போது, முகநூலில் TSK DIVAS-இன் 'காவியம் பேசும் தூரிகை' என்ற போட்டிக்கான அழைப்பைப் பார்த்தேன்.

கவிதைகள் மிகப் பரிச்சயம் (நிச்சயம் இன்னொரு வெளியீடு செய்வேன்!) ஆனால் பரிட்சையில் பதில் தெரியவில்லை என்றால் மட்டுமே அதுவரை கதை எழுதிய நான், சிறுகதைப் போட்டிக்கு என் பெயர் கொடுத்தேன்.

மிகவும் நேர்த்தியாகத் திட்டமிடப்பட்டப் போட்டி அது. நான் எழுதிய முதல் சிறுகதை எனக்குக் கொஞ்சம் கூட பிடிக்கவில்லை. அந்த கதைக்கு ஒரு படம் வரைய என்னுடன் ஒரு ஓவியர் வேறு நியமிக்கப்பட்டார். என் கதையைப் படித்த என் கணவரும் மற்றும் அந்த ஓவியரும் ரொம்ப சுமார் என்று கருத்துச் சொன்னார்கள். சரி கதை வேண்டாம், விலகி விடுவோம் என்று முடிவு செய்தேன். மீண்டும் அமைதியற்றத் தூக்கம், என் மனமோ இந்த ஐடி துறை தவிர, இரண்டு பிள்ளைகளின் தாய் என்பதைத் தவிர உனக்கான அடையாளம் என்ன என்ற கேள்வியை துருவித் துருவி கேட்டுக் கொண்டு இருந்தது. தூங்க முடியாமல் எழுந்து ஒரு பேப்பரும் பென்சிலும் (இன்றுவரை எல்லா கதைகளையும் பென்சிலில்தான் எழுதுகிறேன்) எடுத்துக் கொண்டு, "அப்பீட்டு" என்ற கதையை, நான் பிறந்து வளர்ந்த மெட்ராஸ் பாஷையில் எழுதி முடித்தேன். மறுபடி சுமாரு-க்கும் பரவாயில்லை-க்கும் நடுவில்தான் இருக்கிறது என்பது போல் பாவனை கிடைத்தது. 60 போட்டியாளர்களில் இருந்து 40 பேரைத் தேர்வு செய்து இருந்தார்கள். ஃபுட் போர்டில்தான் என் கதை பயணத்தைத் தொடங்கினேன்.

மூன்று சுற்றுகளில் 2-வது சுற்றில் 15-ஆவது இடமும் மூன்றாம் சுற்றில் முதலிடமும் பெற்றேன்.

“அட! நம்ம எழுதுறது கூட யாருக்கோ புடிச்சிருக்குபா”, என்ற அந்த உணர்வு வாராவாரம் கொடுக்கப்பட்ட வித்தியாசமான தலைப்புகளில் என்னை எழுத வைத்து எனக்கென்று ஒரு அடையாளத்தைத் தந்தது.

நான் ஒரு புத்தகம் வெளியிடுவேன் என்று யாராவது ஆருடம் சொல்லி இருந்தால், கீழே புரண்டு விழுந்து சிரித்திருப்பேன். ஆனால் எனக்கான தேடல் அதை இன்று நிஜமாக்கியிருக்கிறது. 'நீ யார்?' என்று கேட்கும் மனதின் தேடல் உண்மையானது என்பதற்கு நானே சான்று.

என்னதான் தத்துவம் பேசினாலும், நம் உடனிருப்போர் அன்பு மட்டும் இருந்தால் உலகில் சாதிக்க முடியாதது ஒன்றுமில்லை. 'காவியம் பேசும் தூரிகை 2020' என்று போட்டி நடத்தாவிட்டால் இந்த புத்தகம் இல்லை. போட்டியைச் செம்மையாக (செமயாக!!) நடத்திய TSK DIVAS ஷர்மிளா சங்கரலிங்கம் அவர்களுக்கு என் உள்ளம் கனிந்த நன்றி. நான் எழுதிய கதைகளுக்கு உடனுக்குடன் கருத்துக்களும் உற்சாகமும் அளித்த என் தோழிகளுக்கும், என் அண்ணி திருமதி. இராமலட்சுமி இராஜனுக்கும் நன்றிகள் பல. மேலும் திருமதி. ந. வனஜா துறைத் தலைவர்-இணை பேராசிரியர், வணிக ஆள்முறையியல் துறை,

ஆசான் நினைவு கலை மற்றும் அறிவியல் கல்லூரி, சென்னை. அவர்கள் அளித்த ஊக்கத்திற்கு நன்றி.

என் சிறு வயது முதலே வெற்றிகளில் தன்னிறைவு அடையாதபடி, என்னை அடுத்தடுத்த தேடல்களுக்கு உற்சாகப்படுத்திய என் பெற்றோர், மருமகள் இன்னும் சாதிக்கட்டும் என்று வருடிக் கொடுக்கும் என் மாமனார் மாமியார், என் நேரத்தை எனக்காகக் கொடுத்த என் பிள்ளைகள் என்று என் நன்றிப் பட்டியல் சற்றே நீளும்.

புகைப் படங்கள்: திருமதி இராமலட்சுமி இராஜன்

ஓவியம் - செல்லமடி நீ எனக்கு - திருமதி இலட்சுமி ஸ்ரீதர்

முன் அட்டை ஓவியம் - ஹஸ்வினி சோமசுந்தரம் (@artsake_indian)

(மிக நேர்த்தியான) மெய்ப்பு நோக்குதல்/பிழைத்திருத்தம் - முனைவர். மா. பூங்குமரி, உதவி பேராசிரியர் தமிழ்த்துறை, ஆசான் நினைவு கலை மற்றும் அறிவியல் கல்லூரி, சென்னை.

இனி கதைபாயுமே!!

அவசரமாக ஒரு கொலை

விரல் விட்டு எண்ணக்கூடிய அளவு உலகில் இருக்கும் உயிரியல் பாதுகாப்பு நிலை மையங்களுள் ஒன்றில், முன்னோடி விஞ்ஞானிகளான டாக்டர் ஜாக்-கும் டாக்டர் சான்-னும், அந்தப் பல்கலைக்கழகப் படிக்கட்டுகளில் தலைதெறிக்க ஏறிக் கொண்டிருந்தனர். இடையில் தென்பட்ட ஆண்கள் கழிவறையில் சட்டென புகுந்தனர். “இப்ப என்ன பண்ணலாம் டாக்டர் சான்?”, என்று மூச்சிரைக்க கேட்டார் டாக்டர் ஜாக். “ஒரு கொலை”, என்று தன் கண்ணாடியைக் கழட்டி பதில் சொன்னார் டாக்டர் சான்.

உயிரியல் பாதுகாப்பு நிலை 4 வழங்கப்பட்ட ஒரு மாபெரும் ஆய்வகம் அது. காற்று கூட புக முடியாத அறைகள், அளவுக்கு மீறிய பாதுகாப்பு கட்டுப்பாடுகள் என்று ஒரு மிகப்பெரிய அறிவியல் சோதனை களம் அங்கு உருவாக்கப்பட்டிருந்தது. சென்ற இரண்டு வாரங்களாக, உயர்நிலை அதிகாரிகள் கூடும் ரகசியக் கூட்டங்கள் அதிகமாய் இருந்தன. டாக்டர் சானும், ஜாக்கும் இரண்டாம் நிலை விஞ்ஞானிகள். ஒருவருக்கு ஒருவர் அவ்வபோது பார்த்து நலம் விசாரித்துக் கொள்வது உண்டு. ஆனால், இருவரும் சேர்ந்து ஒரு கொலை திட்டம் போடுவார்கள் என்று கனவில் கூட எண்ணிப் பார்த்திருக்க மாட்டார்கள்.

அன்று காலை முதல் நிலை விஞ்ஞானியும், இவர்களது பணி முதல்வருமான டாக்டர்.லீ, இராணுவத் தலைவர்கள் கூட்டத்திற்கு அழைத்துச் செல்லப்பட்டிருந்தார். பல்கலைக்கழகத்திற்கு

திரும்பியதும் வால்டில் உள்ள எல்லா நுண்கிருமிகளின் பதிவேடுகளையும் வரிசைப்படுத்திக் கொண்டிருந்தார். எச் ஐ வி நுண்மீயை மரபு மாற்றம் செய்து, பல மடங்கு அழிவைத் தரும் ஒரு அரிய நுண்மீயை மிகவும் பாதுகாப்பாக அந்த ஆய்வகத்தில் வைத்திருந்தனர். காற்றில் பரவக்கூடிய தன்மையைக் கூட அது பெற்றிருந்தது. அந்த நுண் கிருமியின் மரபு மாற்ற விதிமுறையை டாக்டர்.லீ மட்டுமே இரகசியமாக வைத்திருந்தார். கோப்புகளை அடுக்கும் போது நெஞ்சு படபடத்ததால் மாத்திரை சாப்பிட அவர் இடத்தை விட்டு நகர்ந்து சென்றார்.

வழக்கம்போல் பணிக்கு வந்த டாக்டர் சானும் ஜாக்கும் டாக்டர் லீயை பார்க்கச் சென்றனர். அவரது மேசையில் இருந்த ராணுவ கோப்புகளில் நுண்மீ விவரங்கள் அடுக்கப்பட்டதை பார்த்து அதிர்ச்சி அடைந்தனர். முன்னொரு சமயம் சார்ஸ்(SARS) தாக்குதல் போது இப்படி நடந்திருந்தது.

“கொலை...” என்று சான் சொன்னதைக் கேட்ட ஜாக்...” யாரை... எப்படி... நம்மால் தப்பிக்கவே முடியாது... வேணாம்” என்று படபடப்பில் உளறினார்.

டாக்டர் சான் சற்று தெளிவாக, “டாக்டர் லீயைக் கொல்ல வேண்டும், இல்லை அந்த லேபில் உள்ள நுண் கிருமியை அழிக்க வேண்டும், அந்த வால்டுக்கு நமக்கு ஆக்சஸ் கிடையாது. டாக்டருக்கு மட்டுமே உண்டு. அவரை அவசரமாக கொலை செய்தால்

இந்தப் பிரச்சினையைக் குறைந்தது ஐந்து ஆண்டுகள் தாமதப்படுத்தலாம்", என்றார்.

"அப்போ...அந்த மிலிட்டரி பேப்பர், வால்டில் இருக்கும் வைரஸ் அதெல்லாம்..." என்று கேட்டதற்கு அந்தப் பேப்பர் அமெரிக்க ராணுவத்தை ஏமாற்ற, வைரஸ் -களை இரண்டு மூன்று நாட்களுக்கு ஒருமுறை புது உருவாக்கம் செய்ய வேண்டும் இல்லை என்றால் அது செயலற்றதாகிவிடும். அதை மீட்க குறைந்தது ஒரு மாதம் ஆகும், ஆனால் சாத்தியக்கூறுகள் மிகக் குறைவு", என்றார் சான்.

"சயநோஜன் குளோரைடு தான் பெஸ்ட். அவர் சேம்பருக்கு பக்கத்தில் லீக் ஆகி விட்டது என்று சொல்லி விடலாம். கண்டுபிடிப்பது மிகச் சிரமம். அது வேலையை ஆரம்பிக்க 10 நிமிடங்கள் ஆகும். அதற்குள் அறையை விட்டு வெளியே வரலாம்", என்று லேபிள் இருந்த குப்பிகளைப் பாக்கெட்டில் அள்ளிப்போட்டு டாக்டரின் அறைக்கு விரைந்தனர்.

அங்கு டாக்டர் லீ அசைவற்று தரையில் கிடந்தார். ராணுவ கோப்புகளைக் காணவில்லை. மேஜையில் இருந்த ஹாட்லைன் பட்டனை தட்டினார்கள். மருத்துவ குழு அங்கு வந்து சேர்ந்தது. இருவரும் ஒரு நிம்மதியோடு அறையை விட்டு வெளியே வந்தனர்.

ஆய்வகத்தில் முதல் நிலை பாதுகாப்பில் இருந்த நுண்கிருமி அறையில் கை படாமல் இருந்ததைப் பார்த்து நிம்மதி பெருமூச்சு விட்டு வீடு சென்றனர்.

****

அடுத்த சில நாட்கள்,

ராணுவம் நான்காம் நிலையில் இருந்த நுண்மீக்களை எடுத்து வெள்ளை எலிகளுக்குச் சோதனை செய்துகொண்டிருந்தனர். சோதனை செய்யப்பட்ட எலி ஒன்று தப்பிக்க, வெளியே ஒரு வௌவால் கவ்விக்கொள்ள, அந்த நாள் முதல், உலகில் எல்லோரும் முகமூடி அணிந்து கைகழுவ ஆரம்பித்தனர். அந்தப் பல்கலைக்கழகத்தின் பெயர் வூஹான்.

ஜென்ம பயன்

“சென்னை மாநகராட்சி தங்களை அன்புடன் வரவேற்கிறது” என்ற அறிவிப்பு பலகையை விமான நிலையத்தில் கண்டதும் களைப்பை மீறி உற்சாகத்தை தந்தது. சுபா அமெரிக்காவாசி ஆகி 10 ஆண்டுகள் ஆகிவிட்டது. “பாட்டிக்கு ரொம்ப முடியவில்லை” என்ற ஒரு அழைப்பு அவளை சான் பிரான்ஸிஸ்கோவிலிருந்து சென்னை வரை காற்றடித்தது போல் தள்ளிக் கொண்டு வந்தது.

“கண்டிப்பா நீ போகணுமா?” என்று கேள்வியைக் கணவன் கேட்டதுக்கு, “அப்பா, கொஞ்சம் லீகல் பேப்பர்ஸ் கையெழுத்துப் போடணும்னு சொன்னார்”, என்று இழுத்து மழுப்பி பிளைட் டிக்கெட் புக் செய்தாள். எத்தனை அன்பான கணவன் இருந்தாலும் பிறந்த வீட்டு காரணங்களை நேரடியாக சொல்ல முடியாத நிலை இன்றும் பெண்களிடையே பரவல் தான்.

வீட்டுக்குள் நுழைந்த சுபாவைக் கட்டி அணைத்தாள் அம்மா. உள்ளுக்குள் ஆயிரம் விஷயங்கள் இருந்தாலும் உணர்ச்சியை அடக்கியே காட்டும் அப்பா, “வாம்மா” என்கிற ஒற்றை வார்த்தையில் எல்லா விசாரிப்பையும் கேட்டு முடித்தார்... நிசப்தமாக இருந்த வீட்டில் “வந்துட்டாளா சுபா?” என்ற பாட்டியின் முனகல் ஒரு ஒலிக்கற்றலையைக் கவ்விக் கொண்டு சுபாவின் காதில் நேரேப் பாய்ந்தது.

ஓடிப்போய் எட்டிப்பார்த்த சுபாவின் கண்களில் ஈயாடவில்லை. பாட்டி ஜம்மென்று பேப்பருடன் கட்டிலில் உட்கார்ந்திருந்தாள். “நல்லாயிருக்கியா

பாட்டி??", என்று கோபம் கலந்த கலக்க குரலில் கேட்டாள் சுபா.

"ஒரு மாசமா பெருமாள் என்னை கூப்பிடுறாருனு கனவிலே பினாத்துரேனாம். என் பிள்ளை பயந்துட்டாண்டி. சுபா கண்லயே இருக்காடான்னு ரெண்டு தடவை சொன்னேன். உன்னைப் பயமுறுத்தி இங்கே வரவச்சுட்டான் என் புத்திசாலி பிள்ளை", என்று புளங்காகிதம் அடைந்தாள் பாட்டி.

"சுபா கஞ்சிவரத்தில அத்திவரதர் சேவை பண்ணணும்டி. உனக்கு ரெண்டு வயசு இருக்கும் போது என் இடுப்பில் உன்னை வச்சுக்கிட்டு சேவை பண்ணினேன். இரண்டு தடவை வரதரை பார்க்கிற பாக்கியம் அபூர்வமாம்டி. வா போகலாம்.", என்று கூப்பிட்டாள் பாட்டி.

பாட்டி நல்லா இருக்கிறாள் என்று சந்தோஷப்படுவதா இல்லை, தேவையே இல்லாமல் கடல் கடந்து வந்து இப்படி கதை கேட்டுக் கொண்டிருக்கிறோமே என்று கவலைப்படுவதா என்று புரியவில்லை சுபாவிற்கு.

அடுத்த நாள் அப்பாவிடம் சொல்லி ஒரு நண்பர் மூலம் காஞ்சி அத்தி வரதர் தரிசன ஏற்பாட்டை செய்தாள். அதிகம் இருமல் மருந்து குடித்த ஒருவரை போல் ஜெட் லேக் தள்ளாட்டத்தில் மிதந்தாள் சுபா. திருவிழாவிற்கு போகும் இளவட்டம் போல் பாட்டி காஞ்சிபுரத்துக்கு தயாராகி விட்டாள். ஊரை நெருங்க நெருங்க சுபாவிற்கு மொத்த இந்தியாவும் காஞ்சிபுரத்தை நோக்கி வந்ததை போல் பிரமிப்பு.

இத்தனை மனித தலைகளை அவள் பார்த்தே பத்து ஆண்டுகள் ஆகியிருக்கும். காரிலிருந்து இறங்கியவுடன் அங்கிருந்த வெயிலும் மக்களின் சலசலப்பும் சுபாவை "சீக்கிரம் மயங்கி விடு" என்று அவள் மூளையை உத்தரவு பிறப்பிக்கச் செய்தது. பாட்டி அவளை தாங்கிப்பிடித்து வரிசை வரை அழைத்து வந்தாள்.

எச்சிலும், குப்பையும், சகதியும் பார்த்த சுபா அவசரமாக காலுறையை அணியத் தொடங்கினாள். மண்ணுல கால் படலைன்னா நீ இங்கே வந்த புண்ணியமே இல்லைனு பாட்டி குனிந்து அதை வீசி எறிந்தாள். "ஓ மை காட் பாட்டி, யூ ஆர் கில்லிங் மீ, ரொம்ப படுத்துற நீ. உனக்கு முடியலன்னு கேட்டதும் ஓடோடி வந்தேன், நீ என்னை ஏமாத்திட்ட" என்று கூட்ட நெரிசலில் உச்சஸ்தாயியில் கத்தினாள் சுபா. பெருமாளின் திவ்ய தரிசனம் அருகில் தெரிய ஏதும் பேசாமல் பாட்டியும் பேத்தியும் ஏதோ கட்டுண்டதைப்போல் சேவித்தார்கள். வெளியே வந்ததும் பாட்டி சுபாவின் கன்னத்தை வருடி "நான் பெருமாளைப் பார்க்க உன்னை கஷ்ட படுத்தினேன்னு நினைக்கிறியா சுபா". எனக்கு பெருமாளை விட, என் பிள்ளையை விட, நீ தான் முக்கியம். நான் பிறந்து என் அம்மா முகத்தை கூட பார்க்க எனக்கு கொடுப்பினை இல்லை. உன்னை என் அம்மாவா பார்க்கிறேன்", என்று சொல்லி முடிக்கும் போது பாட்டியை இறுக்கக் கட்டிக் கொண்டாள்.

பக்கத்திலிருந்து இவர்களைப் பார்த்துக் கொண்டிருந்த ஒரு அம்மா அவளது குட்டிப் பெண்ணைப் பார்த்து "நீயும்

எனக்கு வயசான பிறகு என்னை இப்படி கூட்டிட்டு வருவியா", என்று கேட்க, அந்த குட்டி, "கண்டிப்பா மா, அந்த ஆன்ட்டியை மாதிரி உன்னை கட்டிப் பிடித்துக் கூட்டிவந்து பெருமாளைக் காட்டுவேன் மா", என்று சொல்ல ஒரு நல் வித்தை பசு மண்ணில் நட்ட சந்தோஷத்தை ஜென்ம பயனாக உணர்ந்தாள் சுபா.

ஏலியன் காதல்

பூமிக்கு இந்தக் கதை எழுதும் பொழுது நான்கு புள்ளி ஐந்து நான்கு பில்லியன் ஆண்டுகள். இன்னும் இளமை பருவத்தைக் கடக்காத வயது தான். பூமியை விட இளமையாய்ப் புதுப்பொலிவுடன் சூரியக் குடும்பத்தை விட்டு சற்று வெளியே (சுமார் நூறு மில்லியன் மைல்கள்) தள்ளி உயிர்கள் தழைக்கும் ஒரே கிரகம் கெப்லர் - 452 பி.

பூமியைப் போலவே சூரியனிடமிருந்து மிகவும் அருகிலும் மிகவும் தொலைவிலும் இல்லாமல் மிகச் சரியான இடத்தில சற்றே சாய்ந்து அதன் நட்சத்திர குடும்பத்தின் பாதையில் சுற்றிக் கொண்டிருந்தது.

சூரியன் சுடும், கிரகம் சுற்றும், பிரபஞ்சம் விரியும் எல்லாம் நாம் அறிந்தது தான். அறிவில் அறியாமை ஒளிந்திருப்பது போல உயிர் என்று ஒன்று இருந்தால் அதில் நிச்சயம் காதல் என்று ஒன்று ஒளிந்திருக்கும்.

கெப்லர்-452 பி பூமியை விட ஒன்றரை மடங்கு பெரியது. ஆனால் ஜீவராசிகளின் எண்ணிக்கையோ பத்து மில்லியனில் ஒன்று என்ற கணக்கு. பூமிக்கு எட்டு பில்லியன் என்றால் கெப்லரில் எண்ணூறு. அங்குமிங்குமாக ஏதோ மனிதனைப் போன்ற உயிர் எட்டிப்பார்க்கும்.

மாப்பிள்ளை சுமார் என்பது போல "எங்கோ நடமாடும் மனிதன்" என்று சொல்லிவிட்டால் போதாதல்லவா?

நல்ல கருப்பு, ஐந்தரை அடி உயரம், தடித்த தோல் (எரிமலைகள் நிறைய இருப்பதால் வெப்பம் தாங்குவதற்கு) செதில் செதிலாக முதுகு (உணவு பற்றாக்குறையின் போது சூரிய ஒளியில் தனக்குத் தேவையான எரிசக்தியை உண்டுபண்ணும் செதில்கள் அவை). ரொம்ப பசித்தால் சூரியன் படுமாறு குப்புறப்படுத்துக் கொண்டால் போதும், பசி ஆறி விடும். காற்றை சுவாசிக்க சிறிய துவாரம் மூக்கு, பற்கள் இல்லாத வாய், நான்கு விரல்கள் மட்டுமே கொண்ட கை கால்கள். மாப்பிள்ளை நிச்சயம் சுமார் தான்.

சுவாசிக்கக் காற்று, உண்ண உணவு, பெரிய எதிரி என்று யாரும் இல்லை என்றால் உயிரின் அடுத்த தேடல் காதல்தான்.

ஆயிரத்தில் ஒருத்தன்... இல்லை இல்லை... எண்ணூரில் ஒருத்தனான ஆதி என்று நாம் பெயர் சூட்டிய ஜீவன் சமநிலை தளங்கள், எரிமலைகளை சுற்றியிருந்த கடல் போன்ற நீர் நிலைகள் ஒவ்வொன்றாய் துணையைத் தேடி சுற்றினான். இரவில் நிலா கூட துணைக்கு இல்லாத கிரகம். அவ்வப்போது ஏற்படும் எரிமலை வெடிப்பிலிருந்து வீசி எறியப்படும் கற்களினால் சில இடங்களில் பற்றி எரியும் நெருப்பின் ஒளி மட்டுமே துணை. ஆதிக்கு நெருப்பின் மீதான பயம் சற்றே விலகி இருந்தது. உணர்வே இல்லாத வெறுமையான தனிமை மெல்ல மெல்லக் கொல்ல ஆரம்பித்தது.

ஆதி, இந்த தனிமைக்கு ஒரு முடிவு கட்டியே ஆக வேண்டும் என்று கண்ணுக்குத் தெரிந்ததிலேயே பெரிய மலையில் ஏற ஆரம்பித்தான். மலையின் உச்சிக்கு சென்று எங்காவது ஒரு உயிர் தென்படுகிறதா என்று உற்று நோக்கினான்.

மூக்கின் துவாரம் சிறியதாக இருக்கவே சற்றே மூச்சுவிடக் கஷ்டப்பட்டான். கண்பார்வையும் சிறிது மங்க ஆரம்பித்தது. தலை சுற்றியது. முதன்முறையாக தனிமையின் பயத்தை அதிகமாக உணர்ந்தான். “ஓ வென்று” பயத்தில் கத்தினான். எதிரொலி காதில் விழுந்தவுடன் நான்கு கால் விரல்களினால் ஊன்றி இருக்க முடியவில்லை. சிறு பாறை ஒன்று இடறி மலையிலிருந்து உருண்டு விழுந்தான்.

இரவு முழுவதும் மழை பெய்தது. மழைநீரில் சற்று மயக்கம் தெளிந்து, கண் விழித்துப் பார்த்தான். உடம்பு முழுக்க கனத்திருந்தது. சகதியில் புரண்டு மெதுவாக எழுந்து நடக்க ஆரம்பித்தான். முயற்சியில் தோற்றதின் வலி, உடல் வலியை விட அதிகமாக இருந்தது. பக்கத்தில் இருந்த பள்ளத்தாக்கில் சூரியன் (நம்ம சூரியன் இல்லை கெப்லரின் சூரியன்) ஒளிபட்டு கண்ணுக்கு ரம்மியமாக காட்சி தந்தது. அவன் காயத்திற்கு இயற்கை, கண்கள் வழியே மருந்து போட ஆரம்பித்திருந்தது. பள்ளத்தாக்கில் இருந்த அலை இல்லாத நீர் நிலையை பார்த்து ஆதி உறைந்துப் போனான். அருகே சென்று, ஆர்ப்பாட்டமில்லாத நீர்நிலையில் முதல் முறையாக அவனை முழுவதுமாக பார்த்தான். கண்டதும் காதல்

வந்தது. அவன் கைகளால் முகம் முதல் கால்கள் வரை தடவிப் பார்த்தான். தன்னைத் தானே கட்டிக்கொண்டு நீரில் குதித்தான்.

7 மாதங்கள் பிறகு, ஆதி அவனைப் போன்றே மூன்று குட்டிகளை ஈன்றான். தானே துணை தேடி, தனக்குள் தன்னைத் துணைகொண்டு, தன்மீதே காதல்கொண்ட பாலினம் இல்லா இயற்கையின் வடிவம் ஆதி. அவ்வாறே பூப்பூக்க தொடங்கியது கெப்லர் கிரகத்தில் பல்லுயிர் பிரவேசம்!!

லிப்ஸ்டிக்

பூக்கள் சொரிந்து வண்ணமயமாக்கப்பட்ட நடைபாதையில், தேவதை ஒருத்தி ஏவியேட்டர் கண்ணாடி அணிந்து, ஒரு லேப்டாப் பையை அவள் தோளின் மீது லாவகமாய் சுமந்து, கருப்பு கோட்டும் பேண்டும் உடுத்தி, இடையை மெலிதாக அசைத்து போடும் நடையை ஐ.டி பார்க்கே கண்கொட்டாமல் பார்த்துக் கொண்டிருந்தது. ஒவ்வொரு நாளும் அவள் அணிந்திருந்த இளஞ்சிவப்பு, சிவப்பு, பர்கண்டி எனப்படும் ஆழ் சிவப்பு ஊதா லிப்ஸ்டிக் அவள் புன்னகையை மெருகேற்ற, மழையில் அவள் நனைந்தாலும் அதன் வண்ணமும் மினுமினுப்பும் குறையாமல் வசீகரித்து தன்வசம் இழுக்கும் அவளின் உதடுகளைக் கண்ணுக்கு அருகே கொண்டுவந்து நிறுத்தியதோடு அந்த விளம்பரமும் நின்று கொண்டது.

எச்சில் கூட்டி மிட்டாயைப் பார்க்கும் பிஞ்சுப் போலவே அந்த தொலைக்காட்சி விளம்பரத்தை ஏக்கத்தோடு ரசித்துக்கொண்டிருந்தாள் மேரி. “அடியேய்! குழம்பை ஊத்துடி, அந்த டிவியை அப்படி என்ன உத்து பாத்துனுகீறே?”, என்று எகிறினான் சூசை. “மச்சான், எனக்கு அது லிப்டிக் போட்டுக்கணும்னு ஆசை, எம்மா கலரா கீது ல” னு சொல்லும் போதே, இன்னிக்கி கடலுக்குப் போனா தான் சோறே. முதல்ல புள்ளைங்கள பாரு, லிப்டிக் வேணுமாம்ல... வரவர ரொம்ப ஷோக்கு கேக்குதுடி”, என்று சூசை கையை ஓங்க, அவள் ஆசையை மறந்து, குழம்பை ஊற்றினாள்.

அவள் தொலைக்காட்சியைப் பார்க்கும் போதெல்லாம் சோதனைக்காகவே அந்த விளம்பரம் அடிக்கடி அவள் கண்ணில் பட்டது. நான்கு சொட்டு தேங்காய் எண்ணெய்காக, அழுக்குப் பிடித்து, பிசுபிசுத்துப் போயிருந்த அந்தப் பிளாஸ்டிக் பாட்டிலை அழுத்திக் தட்டி, ஒரு சொட்டை விடாப்பிடியாக வரவழைத்து, ஆள்காட்டி விரல் நுனியில் அந்த துளியை ஏந்தி, அவள் உதட்டின் மீது பூசிக் கொண்டாள் மேரி. ரசம் தேய்ந்த அரைகுறை முகம் காட்டும் கண்ணாடியில் அவளின் உதடுகளின் மினுமினுப்பைத் தனியாக ரசித்தாள். ஐந்து நிமிடங்களில் அந்த மக்கிய எண்ணெயின் பிசுபிசுப்பை தாளமுடியாமல் கையால் உதடுகளைத் துடைத்து எடுத்து, முந்தானையால் முகத்தை அழுத்தித் தேய்த்து, உதடுகள் உரியும் வரை மீண்டும் மீண்டும் துடைத்தாள்.

தேங்காய் எண்ணெய் முயற்சியில் தோல்வியுற்றதால் வேறு என்ன தடவினால் "லிப்டிக்" அழகு வரும் என்று ஆராய்கையில் அவளது ஆறு வயது மகனின் பையில் ஒரு சிவப்பு ஸ்கெட்ச் பேனா அவள் பார்வையில் சிக்கியது. அவளது உதடுகளின் விளிம்புகளை முதலில் சிவப்புக் கோடு உருவம் கொடுத்து, அதற்குள் வண்ணமிட முயற்சித்தாள். மேலுதட்டிற்கு சாயம் பூசி முடிப்பதற்குள் ஸ்கெட்ச் பேனாவில் சாயம் தீர்ந்துவிட்டது. அதனுள் இருக்கும் பஞ்சு போன்ற சாயக்கற்றை எடுத்து அவள் முழு முயற்சியில் இறங்கினாள். அதிலும் தோல்வி தழுவ, அந்த சாயக்கற்று பஞ்சை தண்ணீரில் முக்கி உதட்டின்

மேல் அழுத்திய போது, "பச்சக்" என்று சிகப்பு சாயம் பீச்சி அடிக்க உள்நாக்கு வரை சிவப்பு சாயம் ஒட்டிக்கொண்டது. பல்லெல்லாம் ரத்த சிவப்பில் மூழ்க ஆரம்பித்தது. படபடப்பில் மேரி, செய்வதறியாது தண்ணீர், துணி, பல்பொடி என்று அனைத்தையும் கொண்டு சாயத்தை நீக்க முயற்சி செய்தாள். முடிவு, உதடுகள் தாண்டியும் சாயம் பூசப்பட்டு, பல்லும் நாக்கும் கறைப் படிந்து, மேடை நாடகத்திற்காக வாயிற்கு மட்டும் அரிதாரம் செய்யப்பட்ட ஜீவன் போல காட்சியளித்தாள்.

மாலையில் வீடு திரும்பிய சூசை மேரியைப் பார்த்து திடுக்கிட்டான். "இன்னாடி ஆச்சு உனக்கு, சூடு பானையை வாயாண்ட வெச்சு கினியா, பக்கத்து தெரு சொறிநாய் உன் வாயை கடிச்சிருச்சா", என்று சத்தம் போட்டு சிரித்தான்.

"இல்லை மச்சான், லிப்டிக் மாறியே கீதேனு, ஒரு கெச்சு பேனாவை தெரியாம பூசிட்டேன், அதான் இப்படி; என்று மேரி சொல்ல, சூசையின் சிரிப்பு கோபமாக மாறியது. "நீ இன்னா சினிமாக் காரியா?, இப்ப மேனாமினுக்கியாயி எவனை மயக்கப் போற... போடி தே...", என்ற வார்த்தையை உச்சரிப்பதற்குள் சூசையின் வாயைப் பொத்தினாள். "உன்னை நம்பி எங்க வீட்டு ஆளுங்களை எல்லாம் விட்டு ஓடி வந்தவ நான். போயும் போயும் ஒரு லிப்டிக்காக நீ என்னை இவ்ளோ மட்டமா பேச வந்துட்டியே மச்சான். படிக்கல, வேலைக்குப் போவல, இந்த மீன் நாத்தத்தை

தவிர வேற எதுவும் தெரியாது. எனக்குப் படிச்சு, அந்த வேலைக்குப் போற பொண்ண பார்த்தா கெத்தா கீது. அந்த பளபளப்பு லிப்டிக் கலர் ரொம்ப பிடிச்சுப் போச்சு. மத்ததெல்லாம் இப்ப பண்ண முடியாது. லிபிடிக்காவது போட்டுப்போம்னு நினைச்சேன். அதுக்கு போய் இப்படி சொல்லிட்டியே…" என்று விசும்பி விசும்பி கேவலில் அவளின் அழுகையைக் கொண்டு விட்டாள். "உன் கூட பேசவே ஆகாது டி", குடிசையை விட்டு வெளியே போனான் சூசை.

இரவு 10 மணி அளவில், தெருவில் கடைசியாக அடங்கும் நாய் குரைத்து குரைத்து சற்று பசியின் ஓலத்தில் படுக்கச் சென்று விட்டது. கட்டாயம் போதையில் கதவை தட்டுவான் இன்று கலவரம் தான் என்று அவசரமாக குழந்தைகளை தூங்க வைத்தாள் மேரி. நினைத்ததுப் போலவே தடதடவென தகரக் கதவு தட்டும் ஓசை கேட்டது. அதிசயமாக சூசை குடிக்கவில்லை. "சாப்ட்ரியா மச்சான்?", என்று உள்ளே நுழைந்த உடனே தட்டை எடுத்து வைத்தாள்.

"அதுக்கு முன்னாடி உன்னாண்ட பேசணும்", என்று சொல்ல எதற்கு என்று புரியாமல் மேரி படபடத்தாள். "இல்லை மச்சான் லிப்ட்டிக்கெல்லாம் கேட்க மாட்டேன்… போட மாட்டேன். உனக்கு எப்படி புடிச்சிருக்கோ, அப்படியே இருக்கேன்", என்று வரப்போகும் சண்டைக்கு முன்னர் சமாதானம் பேசினாள் மேரி.

சூசை லுங்கியை மேலே உசத்தி, அரை டிராயருக்குள் கைவிட்டு, அவன் விரல் அளவே இருந்த ஒரு சிறிய லிப்ஸ்டிக் குப்பியை மேரியிடம் கொடுத்தான். “நீ போட்டுக்கோ கண்ணு”, சூசை கண்ணடிக்க, “நெசமாவா மச்சான்”, என்று நம்ப முடியாமல் லிப்ஸ்டிக்கை கையில் வாங்கினாள் மேரி.

“ஒரு சின்ன ஆசையை கூட நிறைவேத்தலேன்னா நான் இன்னாடி புருசன். உன்னை திட்டினால் அந்த மாதாவே என்னை மன்னிக்காது. பூசிக்கோ”, என்று செல்லமாகச் சொன்னான். கண்களில் நீர் வழிய, அதே ரசம் தேய்ந்த கண்ணாடியில், 40 வாட் பல்பு வெளிச்சத்தில், அந்த லிப்ஸ்டிக்கை உதட்டின் மீது பூசிக் கொண்டாள். கண்கள் வெட்கத்தில் மூட, சாயம் பூசிய அந்த உதடுகளை சுழிக்க, அள்ளி அணைத்த சூசையின் கிழிந்த பனியனில் நச்சென்று அவள் உதடுகளைப் பதித்தாள் மேரி.

புதுப்புது உறவுகள்

"அம்மா! என் கூட விளையாட வாயேன்! ப்ளீஸ், ரொம்ப போர் அடிக்குது", போரடிக்குது", என்று கெஞ்சிக் கொண்டிருந்தாள் அம்மு. "நீ போய் விளையாடு மா, அம்மாவுக்குக் கொஞ்சம் வேலை இருக்கு", என்று பொய்யாகக் காரணம் சொன்னாள் சுதா. காலையிலிருந்து கண்ணாமூச்சி, பல்லாங்குழி, சொப்பு சாமான், என்று ஆடி முடித்துவிட்டு, சின்ன சின்ன பாட்டும் பாடமும் கூட முடித்தாகிவிட்டது. அசதி என்பது குழந்தைகளைத் தாக்குவதேயில்லை. குழந்தைகளுக்கு அலைபேசி, யூ டியூப், அறவே காட்டக்கூடாது என்று உறுதி வைத்திருந்த சுதாவை மெல்லமெல்லத் தகர்த்து கொண்டிருந்தாள் அம்மு.

பக்கத்து வீட்டு அக்கா கதவை தட்டினாள், "சுதா, ஒரு நிமிஷம் இங்க வாம்மா. இன்னும் ரெண்டு நாள்ல வீட்டை காலி பண்ணி விடுவோம். போகிற ஊருக்கு இந்த பால்கனி செடி எல்லாம் எடுத்துக்கொண்டு போக முடியாது. உனக்கு பிடிச்சிருந்தா, ஒரு ரெண்டு செடி எடுத்துக்கோ மா", என்றாள். "நீங்க போனதுக்கு அப்புறம் ஒரு பேச்சு துணைக்கு கூட இல்லாமல் போயிடுமேன்னு நானே கவலையில் இருக்கேன்-கா. செடி வேணாம். ஏற்கனவே, பால்கனி கொஞ்சம் அடைஞ்சு தான் இருக்கு", என்று மறுத்தாள்.

"அம்மா, அன்னைக்கு பார்த்தோமே அந்த ரோஜாச் செடி வேண்டும், வா வா போய் அதை நம்ம வீட்டுக்கு எடுத்துட்டு வரலாம்", என்று குழந்தை வாசலில் கையை பிடித்து இழுக்க ஆரம்பித்தாள். "குழந்தை ஆசைப்படுது,

அந்த ரோஜாச் செடியை மட்டும் எடுத்துக்கோ", என்று அக்கா சொன்னதை ஏற்றுக் கொண்டாள். ஒன்றரை அடி உயரமுள்ள அந்த ரோஜாச்செடி ஒய்யாரமாக ஒரு பலகையின் மீது வைத்ததில், பால்கனிக்கு ஒரு தனி அழகு தந்தது. "அம்மா, இந்தச் செடி எப்போது பூக்கொடுக்கும்?", என்று அடுத்த நாள் காலையிலேயே கேள்வி கேட்க ஆரம்பித்தாள் அம்மு. ""நீ அதுக்கு என்ன கொடுத்த? பூச்செடி எதுக்கு உனக்கு பூ கொடுக்கணும்?", என்று கேட்டதற்கு கண்களை விரித்து "ஆமால்ல", என்று கேட்ட அழகிற்கு ரோஜா செடி ஒரு கை நிறைய பூக்களை அள்ளி வீசி இருக்கும்.

"ரெண்டு தடவைதான் தண்ணி ஊத்தணும். சாயங்காலம் மூணு மணிக்கு மேலே தண்ணீர் விடக்கூடாது. வெங்காய தோல் போடணும். பூச்சி வராமல் பார்த்துக்கணும்", என்று சொன்னதை எல்லாம் கதை போல் கேட்டுக்கொண்டாள் அம்மு. பொம்மைகளை விட அவள் கவனம் முழுதும் செடி மீதுதான் இருந்தது. புதிதாக இலை வந்திருக்கிறதா, உயரமாகி இருக்கிறதா, ஏன் பழுத்த இலைகள் மஞ்சள் ஆகிறது, என்று அவள் எண்ண ஓட்டமெல்லாம் ரோஜா செடியைச் சுற்றி தான். செடிகளுக்கும் உணர்வு உண்டு என்ற அறிவியல் உண்மையைத் தெரியாமல் சொல்லிவிட்டாள் சுதா.

செடியோடு பேச ஆரம்பித்து, பாட்டு பாடி, தடவிக்கொடுத்து அந்தச் செடியை ஒரு துணை போலவே நடத்திக் கொண்டிருந்தாள் அம்மு. முள் நிறைய இருக்கு பார்த்து விளையாடு என்று

சொன்னதற்கு, "அந்த செடிக்கு என்னை ரொம்ப பிடிக்கும். என்னை ஒண்ணும் பண்ணாது கெட்டவங்கள தான் குத்தும்", என்று பதில் சொன்னாள்.

குழந்தையின் சுட்டித்தனத்தை ரசிப்பதா இல்லை, மெல்ல மெல்ல செடியின் ஈர்ப்பில் மனதளவில் ஏதாவது பாதிக்கப்படுவாளா, என்று ஒரு தாய்க்கே உரிய குழப்பத்துக்கு ஆளானாள் சுதா.

"அம்மா அம்மா அம்மா...... எனக்கு ரோஜா செடி பெரிய கிப்ட் கொடுக்க போகுது இங்க வா...; என்று எழுந்ததும் பால்கனிக்கு கூட்டிச்சென்றாள். ஒரு ரோஜா மொட்டு அரும்பு விட்டிருந்தது. தூக்கம் சரியாக கலையாத சுதா, வாம்மா வந்து பாலைக் குடி", என்றாள். "இல்லை, இது பூ ஆகுற வரைக்கும் நான் பார்த்துக்கிட்டே இருக்க போறேன்", என்று அம்மு சொன்னதும் கோபத்தில் சுதா பலகையை தள்ளிவிட்டாள் செடி சரிந்து கீழே விழுந்தது. தவறை உணர்ந்த அவள் உடனே பக்கத்தில் இருந்த சிறிய பக்கெட்டில் மண்ணை அள்ளி செடியை வைத்தாள்.

அம்மு சுதாவிடம் பேசவே இல்லை. சரியாக சாப்பிடவும் இல்லை. அம்முவை விட சுதா அதிகநேரம் செடியைப் பார்த்துக்கொண்டேயிருந்தாள். சில நாட்களுக்குப் பின்னர், விபரீதம் எதுவும் ஆகாமல் செடி புதுத் தொட்டியில் அழகாக உட்கார்ந்திருந்தது.

ஒரு நாள் காலை, அம்முவை படுக்கையிலிருந்து அள்ளிக் கொண்டு நேரே பால்கனி சென்றாள் சுதா. புதிதாக பூத்த அந்த வெளிர் சிவப்பு நிற ரோஜாவைப்

பார்த்ததும், அம்முவுக்குச் சந்தோஷம் தாங்கவில்லை. “உனக்கு இன்னொரு கிப்ட் சீக்கிரம் தரப்போவதாக ரோஜா செடி என்கிட்ட சொல்லுச்சு அம்மு”, என்றாள் சுதா.” அப்படியா... எப்போ எப்போ...”, என்று ஆவலோடு அம்மு கேட்டதற்கு, “உன் பர்த்டேக்குள்ள”, என்று ஒன்பது மாதத்தில் ஐந்தாவது பிறந்தநாளை நோக்கி இருந்த அம்முவைக் கொஞ்சி கொண்டே அவளது அடி வயிற்றை தடவிக் கொண்டாள் சுதா.

நானும் ரௌடி தான்

“ச நி த... நி த ப... த ம ப”... “நிறுத்துங்கோ நிறுத்துங்கோ...”, “த ப ம ப ப”... “மூணு வருஷமா இதே தப்ப பண்ணா எப்படி குமாரு தம்பி. கொஞ்சம் முயற்சி பண்ணுங்கோ”, என்று கெஞ்சிக் கொண்டிருந்தார் வைத்தி.

“வரல தல, மனசில ஏதோ ஓடிகினேயிருக்கு, தப தப ன்னு பாடினா, போலீஸ் வந்தா தப தப ன்னு ஓடுறது தான் ஞாபகம் வருது”, என்றான் வியாசர்பாடி மார்க்கெட் ஏரியாவில் ரௌடி சிறுதொழில் செய்து கொண்டிருந்த குமாரு.”மோகனம் இராகத்தில் பாட்டு பாடினாலோ கேட்டாலோ மனசுல தானா அமைதி வந்திடும் டா அம்பி, “ஏன் பள்ளி கொண்டீர் ஐயா ன்னு நம்ம அருணாச்சலக் கவிராயர் பாடியிருப்பாரே, நான் கூட உனக்குப் பாடி காட்டியிருக்கேன். அதை கேட்டா போதும் டா, மனசு நல்லா தெளிவு ஆயிடும்”, என்று பிரசங்கம் செய்தார் வைத்தி.

“நினைவுக்கு வந்துடுச்சு தல, நம்ம காதல் கோட்டை படத்தில் வெள்ளரிக்காய் பிஞ்சு வெள்ளரிக்காய் பாட்டு கூட அதே ராகம்தான. அந்த பாட்டைக் கேட்டா நம்ம மைனாத்வை தேடுதே தவிர தெளிவு வரமாட்டேங்குதே”, என்று சொன்னபோது கூட இருந்த அடிப்பொடிகள் வியாசர்பாடியே அதிர்வது போல் குபீர் என்று சிரித்தனர்.

“இளநீர் உடம்புக்கு நல்லதுனு சொல்லமுடியும், அதுல கள்ள ஊத்தி குடிச்சிட்டு இளநீரை குத்தம் சொன்னா எப்படி?” என்று கேள்வியை

விழுங்கிக்கொண்டே வைத்திக் கேட்டார். "ஆனாலும் நீ ராகத்தை கண்டுபிடிச்சே பாரு அந்த ஆர்வத்தால் தாண்டா மூணு வருஷமா உங்க ஆத்துக்கு நடையா நடந்துண்டு இருக்கேன்", என்று அவரின் அடிதடி மாணவனை அடாவடியாக கொஞ்சினார்.

"எங்கம்மா சாகும்போது நீ நல்லா பாட்டு கத்துக்கணும், பெரிய பாடகனாக வரணும்னு ஆசைப்பட்டுச்சு குரு, நமக்கு பிச்சுவா தான் மெய்னு, அம்மா ஆசைப்பட்டுச்சேனு சைடுல பாட்டு", என்று சொல்லிக்கொண்டு இருக்கும்போதே செல்போன் மணி அடித்தது.

"சரி... சொல்லு...... சரி... பார்த்துக்கலாம்..." இந்த அழைப்பை துண்டித்தான் குமாரு. "என்னாச்சு தல "என்று கூட இருந்தது தடியன் உறுமியதற்கு, "புழலில் இருந்து மாசாணம் பரோல்ல வரானாம், சாமான் எல்லாம் ரெடியா எடுத்து வைங்க டா", என்று அதட்டினான் குமாரு.

"நான் கிளம்புறேன்டா, கேட்கவே நடுங்குது", என்று அவரது ஆர்மோனியத்தை மூடினார் வைத்தி. நடுங்கிய கைகளுக்கு அந்த ஆர்மோனியம் சற்று கனமாகவே தோன்றியது. "காசு வாங்கிட்டு போங்க தல, மாசாணம் பண்ண அநியாயத்துக்கு அவன் தலையில கல்லு தான் விழும். எனக்கு ஒண்ணியும் ஆவாது. அடுத்த வாரம் கண்டிப்பா வாங்க", என்று குமார் சமாதானம் சொன்னான்.

“டேய் அவர இட்டுக்குனு போடா, மாடிலேர்ந்து இறங்க தடுமாறப் போறாரு” அடியாளை அனுப்பினான்.

அடியாள் பலநாள் குளிக்காததாலும் சாராய வாடை தூக்கலாக இருந்ததாலும் அவரே ஆர்மோனியத்தைத் தூக்கிக் கொண்டு வந்தார். “இந்த நாற்றத்திலேயே ஆள விரட்டிடுவேளோ” என்று கேட்க ஆசை. தேவையே இல்லை என்று நினைத்துக்கொண்டு படியிறங்கி வந்தார்.

“அத்த என்னாண்ட குடு தல என்று அடியாள் பிடுங்க”, “வேணாம்டா” என்று வைத்தி இழுக்க, இந்த இழுபறியில் மாடியிலிருந்து ஆர்மோனியம் பறந்து விழுந்தது.

கேட்ட சத்தத்தில் எல்லாரும் ஓடி வந்து எட்டிப் பார்த்தபோது...... ஆர்மோனியம் தலையில் விழுந்து ரத்த வெள்ளத்தில் இருந்தான் மாசாணம்.

அடுத்த வாரம் பாட்டு கற்றுக் கொடுக்க வந்த போது அடியாட்கள் எல்லாரும் குனிந்து வணங்க, “அம்மாம் பெரிய ரவுடியை ஒரே போடுல கோமாவுக்கு போக வச்ச நீங்க பாகவதர் இல்ல படா ரௌடி பா”, என்று காலில் விழுந்தான் குமாரு.

சின்ன சின்ன ஆசை

சந்துகளும் பொந்துகளும் நிறைந்த இரைச்சல் அதிகமான இடம், சென்னை நகரத்தின் அடையாளமாய் இருந்த ஒரு சிறிய குப்பத்தில் வசித்தாள் ராணி.

பெயரிலாவது ராணியாக இருக்கட்டுமே என்று அவள் அம்மா நினைத்திருப்பாள் போலும். "ராணி, நேத்து உன் புருஷன் டாஸ்மாக் வாசல்ல வுயுந்து கிடந்தானாமே. போயீ அவன இட்டாரல", பக்கத்து குடிசை அக்கா சந்துக்கே கேட்கும் அளவுக்கு உரக்கச் சொன்னாள். "இல்லக்கா, அதுவே வரட்டும் நான் போகல, ரொம்ப அசிங்கமா இருக்கு", என்று தன் பிள்ளைகளைப் பள்ளிக்குக் கிளப்பிக் கொண்டிருந்தாள். பள்ளிக்குப் போகும் வழியில் இருந்த மாரியம்மன் கோயிலை ஏக்கமாக பார்த்தாள். ராணியின் இளைய மகன், "ஏம்மா, அப்பா இப்படி இருக்காரு", என்று கேட்க "அதுக்கு நேரம் சரி இல்லையாம் டா, கொஞ்ச நாள் போகட்டும் சரியாயிடும்", என்று பதில் சொல்லத் தெரியாமல் சாக்குச் சொன்னாள்.

"நீங்க ரெண்டு பேரும் நல்லா படிச்சா அதுவே போதும் கண்ணு. அம்மா கஷ்டம் எல்லாம் போய்விடும்", என்று ஸ்கூல் வாசலில் விட்டு விட்டு கையசைத்தாள்.

அந்த குப்பத்தின் அருகே இருந்த 15 மாடி கட்டிட வீட்டை அண்ணாந்து பார்த்தாள். புதிதாக கட்டப்பட்ட அடுக்கு மாடி, ஆங்காங்கே ஒரு சில வீடுகளின் பால்கனியில் துணி காய்ந்து கொண்டிருந்தது. "எவ்வளோ வேகமா கட்டிட்டான்

பாரேன். ஒரு வீடு 2 கோடியாம். உள்ளே தோட்டம் இருக்காம், குழந்தைகள் விளையாட இடம், சிம்மிங் எல்லாம் இருக்காம், எங்க வீட்டுக்காரருக்கு உள்ளே செக்யூரிட்டி வேலை கிடைச்சிருக்கு ராணி, என்று வாயெல்லாம் பல்லாக பக்கத்து வீட்டு அக்கா அவள் புளங்காகிதத்தை ராணியிடம் கொட்டினாள். வேலை செய்யும் இடத்தில் அவள் பார்த்த, கேள்விப்பட்ட அடுக்குமாடி கட்டிட கதையை அவள் எஜமானி விஜியிடம் சொல்லிக்கொண்டிருந்தாள். “உன் புருஷன் ஜி எச் ல எப்படி இருக்காரு ராணி”, என்று விஜி கேட்க, “குடித்து குடித்து குடல் வெந்து போயிருக்குமா. உசிரு இழுத்துகினு இருக்காம்”, என்று ராணி சொல்ல, “நீ வேணும்னா சாயந்திரமா போயிட்டு வந்துடு, காலையில வேண்டாம்”, என்று அவரவருக்கு உரிய பிரச்சினையை முன்னே வைக்க, “நான் பார்த்துக்கிறேன் அக்கா”, என்று சமாதானம் சொன்னாள் ராணி.

மறுநாள், அவள் குட்டிப்பையன் வேலு “எம்மா, எங்க கிளாஸ்ல ரமேஷுக்கு பிறந்தநாள், சாக்லேட் எல்லாம் கொடுத்தான். எனக்குப் பொறந்த நாளைக்கு என்னம்மா வாங்கி தருவ”, “பிரியாணி”, என்றதும் வேலு முகம் சுருங்கினான்.”, “ஏன்டா வாணாமா”, என்று கேட்க, “சைக்கிள் மா”, “விஜியக்கான்ட கேட்கிறேன் சரியா”, என்று சொன்னவுடன் லேசாக சிரித்தான்.

“உன் பிறந்த நாளைக்கு பட்டுப்புடவை, கேக்கு, அப்புறம் நான் பெரிசான ஏரோபிளேன் ல கூட்டிட்டு போறேன் சரியா?”, என்று சொன்ன போது வானத்தில் ஒரு பிளைன் பறந்ததை அண்ணாந்து பார்த்தார்கள்.

“எனக்கு பெருசா ஆசையெல்லாம்இல்ல வேலு, நீயும் அண்ணனும் நல்லா படிக்கணும். என்னை மாதிரி வீட்டு வேலை செய்யாமல் நல்ல வேலைக்குப் போகணும். அப்புறம்...”, ராணி நிறுத்த வேலு “வேற என்னம்மா”,...” தோ, தெரிது பாரு அந்த பெரிய பிளாட்ல வேலை செய்யணும்” என்று முந்தானையை எடுத்து சிரிப்பை அடக்கிக் கொண்டாள். அவர்கள் கடந்த போது கோயிலின் மணி அடித்தது.

எஜமானி விஜி சந்தோஷம் கலந்த பரபரப்புடன் ராணியைக் காலையில் வரவேற்றாள்.” என்னாக்கா, இன்னிக்கி ஒரே படபடன்னு பிரைட்டா இருக்கே”, “ஹவுஸ் ஓனர் வீட்டை காலி பண்ண சொல்லிட்டார். ஆனா, அண்ணா ஒரு பெரிய ஃப்ளாட் இருக்கே அங்க வீடு புக் பண்ணிட்டாரு. இவ்வளவு நாள் யார் சொல்லியும் வீடு வாங்கலை. யாரோட வேண்டுதலோ தெரியல டக்குனு வீடு வாங்கிட்டாரு. நாங்க வீடு மாறினால் நீ அங்கே வந்துடுவே இல்ல?”, என்று கேட்க, சந்தோஷத்துடன் ஒத்துக்கொண்ட ராணியின் வாயிற்கு சக்கரை போட்டாள் விஜி.

அடுத்த ஒரு வாரத்தில் அந்த அடுக்குமாடி வளாகத்தில் ஜம்மென்று நடைபோட்டு பதட்டத்துடன் லிப்ட்டில் ஏறி விஜியின் பிளாட்டை அடைந்த பொழுதில், அவர்கள் வீட்டுத் தொலைக்காட்சியில் “சின்ன சின்ன ஆசை” பாடல் பாடிக் கொண்டிருந்தது.

ஒரு குட்டிக்கதை

“அம்மா, கூடவே இரும்மா”, என்று குழந்தை கேட்க, “சீக்கிரம் போயிட்டு வந்துடுரேன் டா செல்லம். மருந்தை ஆச்சி தருவா. தயிர் மம்மு சாப்பிடு. தூங்கி எந்திரிச்சதும் அம்மா வந்துடுவேன். வரும்போது பொம்மை வாங்கிட்டு வரேன்”, என்று அரைமனதுடன் உடம்பு சரியில்லாத ஐந்து வயது மகனுக்குச் சமாதானம் சொல்லி வேலைக்கு கிளம்பினாள் பிரியா.

திங்கட்கிழமை காலையில் வேலை ஆரம்பிக்கும்போதே லீவு வேண்டும், சீக்கிரம் வீட்டுக்கு கிளம்ப வேண்டும் என்ற வேண்டுகோளை மேனேஜரும் சரி, ஊழியரும் சரி யாரும் விரும்புவதில்லை. ஆனால் விதி யாரை விட்டது. மனதில் தைரியத்தை வரவழைத்துக் கொண்டு, சுகம் இல்லாத தன் குழந்தையின் நலனுக்காக, கெஞ்சியே ஆக வேண்டும் என்ற நிர்ப்பந்தத்தில் மேனேஜர் கேபினுக்குச் சென்றாள் பிரியா.

“குட் மார்னிங் சார். என்னுடைய டாஸ்க் ஸ்டேட்டஸ் மெயில் பண்ணி இருக்கிறேன். என் குழந்தைக்கு உடம்பு சரி இல்லை. ஒரு டூ டேஸ் வொர்க் பிரம் ஹோம் வேணும். வீக்எண்ட் வேணும்னா கூட ஸ்ட்ரெட்ச் பண்ணி முடிச்சுடறேன்”, என்று சொல்லி முடிப்பதற்குள், மேனேஜர் அவரது கண்ணாடியைக் கழற்றி மேஜையின் மீது வைத்தார்.

“நீங்க எல்லாம் எதுக்கு வேலைக்கு வரீங்க. பேசாம ரிசைன் பண்ணி விடுங்க. மாதத்துக்கு நாலு நாள் பர்மிஷன், வொர்க் பிரம் ஹோம் னு ரெக்வஸ்ட்

மேல ரெக்வஸ்ட். நீங்க எல்லா பெண்டிங் டாஸ்க் ஐயும் முடிச்சிட்டு என்ன வேணாலும் பண்ணுங்க. யூ மே கோ", என்று அதட்டியதும் இடத்தை விட்டு நகர்ந்தாள் பிரியா. வந்த கோபத்தில் ரெஸிக்நேஷன் மெயிலை அடிக்க ஆரம்பித்தாள்.

பிரியாவின் டீம் மேட்ஸ் அழைப்பில் டீ குடிக்க கேண்டீனுக்குச் சென்றாள். ஐ.டி. இல் சுமையையும் மன அழுத்தத்தையும் கட்டுப்படுத்துவதில் டீ காபியின் பங்கு மிக அதிகம். கான்டீன் டீ கார்னரில் கடும் கூச்சல். என்ன சண்டை என்று புரியவில்லை. டீக்காரர் இன்முகத்துடன் சமாதானம் சொல்லிக் கொண்டிருந்தார். ஆட்கள் வர வர சண்டை போட்டவர் அங்கே இருந்து நகர்ந்து சென்றார். "என்ன அண்ணே சண்டை?", என்று பிரியா கேட்க "கப்பு லேசா ஒழுகி அவர் சட்டையில் டீ பட்டுடிச்சுமா", அதான். "அதுக்கு நீங்க என்ன பண்ண முடியும்?", "சரி, அவர் நம்ம கஸ்டமர் தானே. வீட்டில என்ன கோபமோ, என் மேல காட்டுறாரு., எனக்கு தெரிஞ்சு நான் தப்பு பண்ணல. அடுத்த முறை கப்பை செக் பண்ணிட்டு எல்லோருக்கும் தரணும்னு கத்துக்கிட்டேன். நிறைய இடங்கள்ல நியாயமாக இருந்தாலும் திருப்பிக் கத்த முடியாது. நம்ம பிழைப்பு தான் கெடும்.", என்று டீ காரர் சொன்னதும் சண்டை போட்டவரை, "சரியான லூசா இருப்பான் போல!", என்று ப்ரியாவின் டீமில் இருந்தவர்கள் முணுமுணுக்க ஆரம்பித்தார்கள். "கோபத்தில் கத்துறதோ முடிவு எடுக்கிறதோ

யாருக்குமே நல்லது இல்லை", என்று சொல்லிக் கொண்டே டீயை நீட்டினார்.

டீயைக் குடித்ததில் சற்றே ஏற்பட்ட தெளிவில் தன் பணியிடத்தில் அமர்ந்தாள். அந்த ரெஸிக்நேஷன் மெயிலை டெலீட் செய்தாள். அன்றைய வேலையை முடித்து விட்டு, அப்டேட்சை மேனேஜரிடம் கொடுத்துவிட்டு, வீட்டுக்குக் கிளம்பினாள். குழந்தை தேறிக்கொண்டிருந்தான். அடுத்த நாள் யோசனையுடன் இருந்த அவளை காலையில் அவளது டீம் மேட் அழைத்து, "கோவிட் பரவல் காரணமாக நமக்கு எல்லோருக்கும் ஒர்க் பிரம் ஹோமாம்", என்ற செய்தியைக் கூறியதும், டீக்காரரின் குட்'டீ' அறிவுரைக்கு நன்றி சொல்லி அன்றைய வேலையை ஆரம்பித்தாள் பிரியா.

எல்லாம் அவன் செயல்

"கௌசல்யா சுப்ரஜா... கும்முரு டப்பரு... ப்ரவர்த்ததே...கும்முரு டப்பரு", என்று அம்மாவின் கைபேசியும் ரம்யாவின் அலாரமும் ஒன்று சேர ஒலி எழுப்பி காலை வேளையை சற்றே ரணகளப் படுத்திக் கொண்டிருந்தது

"ஓ... அப்படியா... நேத்தே பார்வர்டு பார்த்தேன்... தேங்க்ஸ் மா... எது நல்லது நடந்தாலும் முதலில் உன் வாய்க்கு தான் ஸ்வீட்", என்று அம்மா செல்போன் அழைப்பை துண்டித்து, தொடர்ந்து அலறிய "கும்முரு டப்பருவுடன் "... ரம்யா", என்று கத்தினாள். கலையாத கனவில் யாரோடு கைகோர்த்து ஏதோ மலைப்பிரதேசத்தில் உலவிக் கொண்டிருந்தாள் ரம்யா. அம்மா அலறியதில் மலையிலிருந்து உருட்டி விட்டதைப் போல் உருண்டு எழுந்தாள்.

"காலாகாலத்தில உன்னை யார் கையிலாவது பிடித்து கொடுக்கணும்னு வேண்டாத தெய்வமில்லை, பொண்ணா லட்சணமா காலையில எழுந்து சமையல், பூஜைன்னு ஏதாவது பண்ணா தானே போற இடத்தில நல்ல பெயர் வாங்க முடியும்", என்று அம்மா அவளது ராமாயணத்தை தொடர, "வாக்கிங் போற மூடு கூட போயிருச்சு மா... வேலைக்கு போக ஆரம்பிச்சு ஒரு வருஷம் கூட ஆகல, என்னை பேக்-அப் பண்றதிலேயே இரு", என்றாள் ரம்யா கடுப்பாக.

"இன்னைக்கு வாக்கிங் போக வேண்டாம். கோயிலுக்கு போயிட்டு ஆபீஸ் போ. இன்னைக்கு தேய்பிறை அஷ்டமி பைரவருக்கு..." என்று அம்மா

ஆரம்பிக்க..." ஊரில வர்ற ஒரு பார்வர்டு விடறது இல்ல... எத்தனை கோயில் எத்தனை பரிகாரம், பூஜை... கேன் யூ ஸ்டாப் இட் அம்மா, உன்கிட்ட இருந்து வர்ற ஒரே மெசேஜ் சாமி படமும் ஸ்லோகமும் தான். அதே மெசேஜை மாமா, மாமி, அத்தை, சித்தப்பா எல்லோரும் எனக்கே பார்வேர்ட் பண்றாங்க", ரம்யா கலங்க ஆரம்பிக்கும் போதே அப்பா என்ட்ரி கொடுத்தார்.

"வேலைக்கு போற பொண்ணை காலையில இப்படி படுத்தினா அவ என்னடி பண்ணுவா. உனக்கே நான் கிடைத்தேன். என் பொண்ணுக்கு மகராஜனே வீடு தேடி வருவான்", என்று அம்மாவை ஆப் செய்துவிட்டு, "அம்மா உன் நல்லதுக்கு தானே சொல்றா. உன் மேலே அக்கறை காட்ட இவ்வளவு பேர் இருக்காங்க. மெசேஜை பார்த்து சந்தோஷப்படு. நீ நல்லா படிச்ச பொண்ணு, உனக்கு நான் அட்வைஸ் பண்ண மாட்டேன்", என்று அவர்களுக்கே உரிய வசனத்தை சொல்லி விட்டு ரம்யாவின் தலையை கோதி மறுபடியும் அவரது பெயரோடு போய் உட்கார்ந்து கொண்டார்.

அம்மாவின் ஆர்ப்பாட்டம் அலறல்களை விட அப்பாவின் அன்பான வார்த்தைகளுக்கு மதிப்பு உண்டு. ரம்யா அம்மாவிடம் எதுவும் பேசாமலே சாப்பிட்டுவிட்டு வேலைக்குக் கிளம்பிக் கொண்டிருந்தாள். "கோயிலுக்கு உள்ள கூட போக வேணாம். அந்த வழியா எட்டிப் பார்த்துவிட்டுப் போக சொல்லுங்க", என்று அம்மா அப்பாவிடம் ஜாடையாக ரம்யாவின் காதில் விழும்படி சொல்ல, ரம்யாவுக்கு கோயிலுக்குப் போகலாம் என்று

இருந்த அந்த சிறு துளி எண்ணமும் வந்த கண நேரத்தில் காணாமல் போனது.

ஆனாலும் அப்பாவின் வார்த்தைக்காக மனசு கேட்காமல் கோயில் வாசலில் டூவீலரை பார்க் செய்துவிட்டு திரும்பிய ரம்யாவை நுழைவாயிலில் இருந்த பூக்காரம்மா, "காலையிலிருந்து போனியே ஆகலைமா. உன் கையால அரளி பூ வாங்கி அந்த பைரவருக்கு போடுமா. அமோகமாய் இருப்பே", சற்றே கெஞ்ச, அம்மா ஏவிவிட்ட கைக்கூலி போலவே தெரிந்தாள்.

"மூடநம்பிக்கைக்காக இல்லை என்றாலும் அந்த, பூக்கார அம்மாவிற்காக வாங்கலாம்" என்று மனம் சொன்னது. "இரண்டு முழம் கொடுங்க", என்று வாங்கிக் கொண்டு கோயிலுக்குள் சென்றாள்.

"என்னடி அதிசயமா இருக்கே", என்று பக்கத்து வீட்டு மாமி ரம்யாவை விசாரிக்க வந்தாள். "தேய்பிறை அஷ்டமி பூஜைக்கு பூ எல்லாம் வாங்கிண்டு வந்திருக்கே சமத்து டி", என்று அவள் சுத்தி போட்டது அக்கம் பக்கம் நின்ற 10 பேருக்கு கேட்டிருக்கும்.

"அம்மா சொன்னாங்க, அதான்...", என்று இழுத்து விட்டு நடையை கட்டினாள் ரம்யா.

பூ வாங்கியதற்கு மீதம் சில்லறை வாங்காமல் வந்தது அடுத்த நாள் காலை தான் நினைவுக்கு வந்தது. நூறு ரூபா தானே என்று தனக்குத் தானே சொல்லிக்

கொண்டாலும் உள்ளே உறுத்திக் கொண்டே தான் இருந்தது.

“சரி போகும்போது ஒரு எட்டு கோயில் வழியா போய்விட்டு கேட்கலாம் இல்லேன்னா... தட்ஸ் ஓகே”, என்று முடிவுக்கு வந்தாள்.

கோயில் வாசலில் டூவீலரை பார்க் செய்யும் போதே அந்த பூக்காரம்மா, “பாப்பா, சில்லறை வாங்காமல் போயிட்டே நேத்து. மனசே அடிச்சுகிச்சு. நீ வாங்கின ராசி, எல்லா பூவும் வித்துப் போச்சு”, னு சொன்னபோது ரம்யா மனசுக்குள் மத்தாப்பு. “இந்தா கண்ணு, மீதி.”, என்று சொல்ல... ரம்யாவின் மாமா அனுப்பிய மெசேஜ் மொபைலில் மின்னியது.

“இன்றைக்கு புதன், விநாயகருக்கு...” என்று பளிச்சிட “ஒரு கட்டு அருகம்புல் கொடுங்க”, என்று வாங்கிய ரம்யாவிடம் “தினம் வாம்மா”, என்று அன்பாக சொன்னாள் பூக்காரம்மா.

“கண்டிப்பா வரேன்”, என்று ரம்யா சொன்ன போது, எல்லாம் அவன் செயல் என்று அப்பாவை நினைத்து சிரிப்பு வந்தது.

என் காதல் பிறந்த கதை

"நீராடும் கடலுடுத்த......" என்று ஆரம்பித்தது பதினொன்றாம் வகுப்பின் முதல் நாள். பள்ளியின் மூத்த குடிகள் என்று பெருமை பிதுங்க மற்ற வகுப்புப் பிள்ளைகளைச் சில்வண்டுகளாக பார்த்துக்கொண்டிருந்தனர். எத்தனை அடக்குமுறைகளை ஆசிரியர்கள் கையாண்டாலும் கிச்சுகிச்சு பேச்சுகளும் கிண்டலும் ஆங்காங்கே விதிமீறி பூத்துக் குலுங்கிக் கொண்டிருந்தன.

இந்த வருடம் பதினொன்றாம் வகுப்பில் புதிய சேர்க்கையில் வந்தவர்கள் மீது தான் பெரும்பாலான கண்கள் இருந்தன. மீதமிருந்தவை பள்ளியில் முதற் மதிப்பெண் வாங்கிய மீனுவின் மீது இருந்தன.

அசெம்பிளியில் மீனுவுக்கு பரிசு பெற்றப் போது தன்னையும் மீறிய உற்சாகம் ததும்பி கைதட்டி கொண்டாடினாள் விஜி.

வகுப்பில் நுழைந்தவுடன் வாழ்த்து மழையில் முழுவதுமாக நனைந்தாள் மீனு. பரிச்சயமில்லாத ஒரு முகம் அரும்பு மீசையோடு கைகுலுக்க வந்தது." ஐ ஆம் வருண். நியூ அட்மிஷன். கங்கிராட்ஸ்", என்று சொல்லும்போதே குரலில் இருந்த வசீகரம் எதிராளை மொத்தமாக வீழ்த்தியது. "தேங்க்ஸ்", என்று சுருக்கமாக முடித்துக் கொண்டாள்.

விஜி, "எனக்கு கொஞ்சம் இன்ட்ரோ கொடு டி ப்ளீஸ்", என்று மீனுவை கெஞ்சினாள். "வேற வேலையை பாருடி. வர ரெண்டு வருஷம் நமக்கு

ரொம்ப முக்கியமானது." என்று ஒதுக்கினாள் மீனு. அடுத்த நாள் வகுப்பில், வருணை கிளாஸ் லீடர் ஆகவும் மீனுவை அசிஸ்டன்ட் ஆகவும் ஆசிரியை அறிவித்ததும் மீனுவுக்கு முகத்தில் எள்ளும் கொள்ளும் வெடித்தது. "என்னடி, நான் அவனுக்கு அசிஸ்டன்டா?", என்று விஜியிடம் புலம்பினாள். "அவன் படித்த ஸ்கூலில் அவன் ஃப்ர்ஸ்டாம், அப்பா டிரான்ஸ்பர்னால இங்க வந்திருக்கான். லீடர் பொறுப்பு அதிகம், புக் தூக்க விடுவாங்க, எல்லாப் பொறுப்பையும் உன் தலைமேல் கட்டுவாங்க. நெக்ஸ்ட் டூ இயர்ஸ் முக்கியம் டி" என்று விஜி சமாதானம் சொன்னதை மீனுவால் மறுக்க முடியவில்லை.

முதன்முதலில் அவன் பக்கத்தில் நிற்கும் வாய்ப்பு வந்தது. அவன் பாவனையும் உயரமும் அந்த நீல நிற டையும், பளபளக்கும் ஷூவும் பார்க்கப் பார்க்க காந்த விசைக்கு உள்ளான இரும்பை போல மீனுவின் மனதைக் கவர்ந்தது. கண்டு கொள்ளாமல் விலகிப் போவோமே, இதெல்லாம் நமக்கு தேவையில்லை என்று நினைக்கும் தருணங்களில் தான் கண்முன்னே நாம் நினைப்பது தோன்றி சலனத்தை ஏற்படுத்தும். கெமிஸ்ட்ரி லேபில் எதிரெதிரே நின்று எக்ஸ்பெரிமெண்ட்ஸ் (அதை அர்த்தத்துடன் சோதனை என்று எவ்வளவு அழகாக தமிழில் மொழிபெயர்க்க படுகிறது) செய்ய வேண்டிய கட்டாயம் மீனுவுக்கு.

கெமிஸ்ட்ரி லேப் இருக்கும் நாட்களில் வழக்கத்தை விட துடிப்பாக தோன்றினாள் மீனு.

லேப்புக்குள் நுழையும் போதே அவள் மனதில் அனைத்து அமிலமும் அடிப்படையும் உப்பும் ஊற்றெடுத்து கலவைக் கொண்டு துள்ளாட்டம் போட ஆரம்பித்தன. டைட்ரேஷன் அளவீடுகள் செய்யும் போது அவ்வப்போது பார்வைகள் ரெண்டு உரசிக் கொள்ளத்தான் செய்தது.

“அடுத்த மாதம் வரவிருந்த பிறந்த நாளுக்காக துணி எடுக்க அம்மாவுடனும் விஜியோடும் கடைக்கு சென்றாள். “எனக்கு காப்பர் ஸல்ஃபேட் கலரில் ட்ரஸ் வேணும்”, என்று கடையிலிருந்த பெண்ணைக் கேட்டதும் அம்மாவும் விஜியும் மீனுவுக்கு என்ன ஆனது என்பது போல் பார்த்தார்கள்.” ஏண்டி, காப்பர் ஸல்ஃபேட் கலர் தெரிஞ்சா அந்த பொண்ணு ஏன் சேல்ஸ் கேர்ள் ஆகுது”, என்று அம்மா அதட்ட, “எப்போவுமே மேடம்க்கு கெமிஸ்ட்ரி லேப் ஞாபகம் தானா?” என்று கிண்டல் தாளிக்க “அந்த பச்சைக் கலந்த நீலத்தை எடுங்க”, என்று மீனு சமாளித்தாள்.

துள்ளித் திரிந்த மீனுவின் சந்தோசம் மின்னேணி ஏறி வானத்தைத் தொட்டது அவளது பிறந்த நாளன்று கெமிஸ்ட்ரி லேப் அன்றைக்கு வரக்கூடிய சோதனை உப்பு கஷ்டமானதாக இருக்க வேண்டும் என்று வேண்டினாள். பீக்கர்களோடும் பன்சன் பர்னர்களோடும் உறவாடி நிறைய நேரம் லேப்பில் இருக்கலாம் என்றது மீனுவின் மனக்கணக்கு.

பிறந்த நாள் வந்தது. காலையிலிருந்து வருணைக் காணவில்லை. விஜி “ஹாப்பி பர்த்டே டி”, என்று

சோர்வாக வாழ்த்திய போது மீனு "என்னாச்சு? என்று விஜியை உலுக்கினாள்." வருண் அப்பாவுக்கு மறுபடியும் டிரான்ஸ்பர், அவன் டெல்லிக்குக் கிளம்பிட்டான் டி", என்று சொன்னபோது மீனுவுக்கு ஒன்றுமே புரியவில்லை. வெறுமையாக உணர்ந்தாள். ஆனால் அவள் நினைப்பு முழுவதும் கெமிஸ்ட்ரி லேப் மீதே இருந்தது.

அன்று லேப்பிற்குள் நுழைந்த போது, மீனுக்கு முன்போல் உள்ள அதே உற்சாகம் பீறிட்டுக்கொண்டு வந்தது. அவளுக்கு மிகக் கடினமான எக்ஸ்பெரிமெண்ட் உப்பு தரப்பட்டது. தொட்டுத் தடவி விதவிதமான சோதனைகள் செய்து சரியான உப்பை கண்டுபிடித்தாள் மீனு. ஒவ்வொரு உபகரணத்தை பார்க்கும் போதும் அவளுக்கு பரவசம். 30 ஆண்டுகளில் நோபல் பரிசு பெறப் போகும் விஞ்ஞானியின் முதல் காதல் அந்த லேப் தான் என்று முகமும் மனமும் ஒன்று சேர ஒளிரும் தருணத்தை உணர்ந்து கொண்டிருந்தாள் மீனு.

காட்டுக்குள்ளே ஒரு நாள்

“சாமி, இங்கே இருந்து 20 மைல் அப்பால போய் அந்த மலையைத் தாண்டி னா நீங்க சொல்ற ஊர் வந்துவிடும்”, என்று நீலன் தாத்தா சொன்ன போது, வருணுக்கும், கூட வந்த நண்பர்களுக்கும் கொஞ்சம் நம்பிக்கையும் தெம்பும் பிறந்தது. அந்த தூரத்தை கடக்க ஒருநாள் தேவைப்படும் என்று நினைத்தபோது தெம்பு சற்று குறைந்து நா வரள ஆரம்பித்தது.

“டேய், ஜாலியா இருக்கலாம்ன்னு சொல்லி தானடா என்னைக் கூட்டிட்டு வந்தீங்க. என்னால் அவ்வளவு தொலைவு எல்லாம் நடக்க முடியாது டா”, என்று சிணுங்க ஆரம்பித்தான் சீனு. “இது ஒரு லைப்-டைம் எக்ஸ்பீரியன்ஸ் டா”, என்று தட்டிக்கொடுத்து நடையை ஆரம்பித்தான் வருண். நண்பர்கள் நால்வரும் நீலன் தாத்தாவுடன் நடக்க ஆரம்பித்தவுடன், பளிச் என்று ஏதோ கண்கள் கூசியது போல் ஒரு ஒளி வந்து சென்றது.

“கையில கூலர்ஸ் இல்லை, கால்ல சரியான ஷூ கூட இல்லை. அந்த ஆள் கிட்ட இருக்க ஒரு மூட்டை சாப்பாடும், குடுவைத் தண்ணியும் மட்டும்தான் நமக்கு”, என்று சீனு புலம்பலை ஆரம்பித்தான். “அதை நினைச்சப்புறம் தான் ரொம்ப அதிகமா பசிக்குது, தாகமும் எடுக்குது”, என்று சொன்ன சீனுவைப் பார்த்து, “எல்லாம் உன் மனசுல தான்டா இருக்கு. இவ்வளவு உயரமான மரம், பச்சை பசேலென்று இருக்கிற இலை, இந்த ஈரக்காத்து எல்லாம் அனுபவிடா.” என்றான் வருண். “இல்லை, இல்லை எனக்கு ஏசியும்

இன்டர்நெட் கனெக்சனும் போதும்டா வருண்.", என்றான் சீனு. கூட வந்த இரண்டு நண்பர்கள், "அதோ தெரியுது பார் அந்த அருவி அங்கே இருந்து இவனைத் தள்ளிவிடலாம் டா", இந்த புலம்பல் கேஸ் தொல்லை ஒழியும்", என்று சொல்லி சீனுவை அலாக்காகத் தூக்க வந்தார்கள். மீண்டும் பளிச்சென்று மின்னல் கீற்று வந்து மறைந்தது.

"தம்பி, தம்பி சத்தம் போடாதீங்க. இங்க இருக்கிற பூச்சி எல்லாம் பறவைக்குத் தகவல் சொல்லும். பறவை மிருகத்துக்கு எல்லாம் சேதி சொல்லும். அப்புறம் பெரிய மிருகம் எல்லாம் காட்டைப் பாதுகாக்க இங்க நாம என்ன பண்றோம்னு வந்து எட்டிப் பார்க்கும். அப்புறம் நீங்க எல்லாம் வீட்டுக்கு போறது கஷ்டம்தான்", என்றான் நீலன் தாத்தா. "அப்போ நீங்க தப்புச்சுப்பீங்களா?", என்ற கேள்வியை வைத்தான் வருண். "உங்களுக்கு காடு பொழுதுபோக்கு, எங்களுக்கு உயிர் தம்பி இது", என்று நீலன் தாத்தா சொல்ல, அவரை கட்டிப் பிடித்து" உங்க விருந்தாளிகளைப் பத்திரமா கொண்டு அந்தாண்ட விட்ருங்கோ சாமி", என்று அவர் போலவே பேசி நடையைத் தொடர்ந்தான்.

சூரியக் கதிர்கள் புகமுடியாத அளவு மரக்கிளைகளின் நெருக்கம், பெயர் தெரியாத பூச்சி வகைகள், இத்தனை வண்ணம் இயற்கையில் உள்ளதா என்று பிரம்மிக்கும் அளவு அதன் சின்ன சிறகில் சுமந்து செல்லும் பறவைகள், பறவைகளின் அழகுக்கும் வண்ணத்திற்கும் போட்டி போடும் பெரிய

பட்டாம்பூச்சிகள், பாறையில் இருந்து ஊற்றெடுக்கும் தண்ணீர், பாறையின் வலிமையைப் பதம் பார்த்து ஊடுருவிய வேர்கள், கூற்றுக்கள் ஒன்றிணைந்து பாறையின் மீது இருந்து குதித்தபோது ஒரு குறுகிய நீர்வீழ்ச்சி. அந்த வழியே நடந்தவர்களின் தலையை சற்றே நனைத்தது. “இந்த தண்ணிய குடிக்கலாமா”, என்று தயக்கத்துடன் கேட்டான் வருண். “நீங்கள் குடிக்கும் பாட்டில் தண்ணியை விட 100 மடங்கு சுத்தம் தம்பி. பளபளக்கிறது எல்லாம் புதுசும் இல்ல சுத்தமும் இல்ல”, என்று சொல்லி முடிப்பதற்குள் நான்கு நண்பர்களும் அந்த அருவி களத்தில் ஆட்டம் போட்டுக் கொண்டிருந்தார்கள். பளிச்சென்று மூன்று நான்கு முறை மின்னல் கீற்றுகள் வந்து மறைந்தது கூட அவர்கள் கவனிக்கவில்லை.

ஆடி முடித்ததும் பசி வயிற்றைக் கிள்ளியது. நீலன் தாத்தா மூட்டையை பிரித்து கம்பங்க்களியை பகிர்ந்து கொடுத்தார்.” உங்களுக்கு”, என்று வருண் கேட்டதற்கு “நான் ஒரு நாளைக்கு ஒரு வேளை தான் சாப்பிடுவேன். இதோட நாளைக்கு காலம்பறதான்”, என்று சொன்னபோது அவருடைய திடகாத்திரத்தை நினைத்து வருணுக்கு வியப்பாக இருந்தது.

சூரிய வெளிச்சம் இருக்கும் வரை அழகாக தெரிந்த அத்தனையும், சற்றே பொழுது சாய்ந்த உடன் கிலி கொடுக்க ஆரம்பித்தது. வித்தியாசமான ஒலி காதில் விழத் தொடங்கின. காடு விழித்துக் கொள்ளும் நேரம் இது என்று சுற்றி நடக்கும் ஒவ்வொரு அசைவும் எடுத்துக் காட்டிக் கொண்டிருந்தது.

சற்றே தணிந்த சீனுவின் புலம்பல் மீண்டும் தலைதூக்க ஆரம்பித்தது." நான் முன்னாடியும் நடக்க மாட்டேன், பின்னாடியும் நடக்க மாட்டேன், நடுவுல நடக்கிறேன்", என்று மாறி மாறி நடந்து, கடைசியில் நீலன் தாத்தா முதுகோடு ஒட்டி கொண்டான். அவருடைய புகையிலை நாற்றம் தாளாமல், அவருக்கு அடுத்து தைரியமாக இருந்த வருணின் கைகளை கெட்டியாகப் பிடித்துக் கொண்டான்.

"வருண், எனக்கு அவசரமா போகணும் டா", என்று சீனு சீண்ட, "அங்கு ஓரமா போடா", என்று வருண் தள்ளிவிட." ஆனால், போகணும்னா நீலன் தாத்தா கிட்ட ஒரு வார்த்தை...", என்று வருண் சொல்லும்போதே, சீனு சற்று பாதை ஒதுங்க இருட்டில் "ஆ..." வென்று அலறிக் கொண்டு ஓடி வந்தான் சீனு. காலில் இரண்டு புள்ளிகளை காட்டிக் கூச்சல் போட்டான். "என்னை பாம்பு கடிச்சுடுச்சு... காப்பாத்துங்க காப்பாத்துங்க", என்று நீலன் தாத்தாவை உலுக்கினான். வருண் செய்வது அறியாது, அவன் கையில் இருந்த சிவப்பு பொத்தானை அமுக்கினான்.

"தம்பி, அது பாம்புக்கடி இல்லை, இரட்டை முள்ளு குத்தி இருக்கு, ஒண்ணுமில்லை", என்று நீலன் தாத்தா சமாதானம் செய்த போது, சீனு போட்ட கூச்சலில், மின்னிய இரண்டு கண்கள் அங்கிருந்த புதரில் இருந்து எட்டிப் பார்த்தது. அதை கவனித்த ஐவரும் பின்னங்கால் பிடரியில் அடிக்க ஓட ஆரம்பித்தார்கள்.

“சர்ர்...”, என்று ஒரு அவசர உதவி வண்டி அவர்கள் நின்ற சாலையில் வந்து எல்லோரையும் ஏற்றிக்கொண்டு சென்றது.

திங்கட்கிழமை காலை நண்பர்கள் நால்வரும் அலுவலகத்தில் சந்தித்துக் கொண்டபோது, “இரண்டு வருஷம் வெயிட் பண்ணாலும், இது செம எக்ஸ்பீரியன்ஸ் டா, அந்த நீலன் தாத்தாக்கு 5ஸ்டார் கொடுத்து பெஸ்ட் கைடா நான் ரெகமெண்ட் பண்ணுவேன். சீனு உன் வீர பராக்கிரமத்தை எல்லாம் சோஷியல் மீடியாவில் போட்டு பொண்ணே கிடைக்கவிடாமல் பண்ண போறோம்டா”, என்று ரகளை செய்து கொண்டிருந்தனர்.

“காடு சுற்றுலாத்துறை உங்களுக்கு நன்றி தெரிவிக்கிறது. காடுகளை காப்போம். வனங்களை வருங்கால தலைமுறைக்கு விட்டு வைப்போம்.” என்ற வாசகங்கள் ஏந்திய புகைப்பட போஸ்ட் கார்டுகள் வருணின் மேஜையை நிறைத்திருந்தது. அதை திருப்பி பார்த்ததில், பளிச் பளிச்சென்று தோன்றிய ஒளிக்கீற்றுக்களில் பதிவு செய்யப்பட்ட புகைப்படங்கள் இருந்தன.

அழிந்து வரும் நிலையிலும் தனக்கு நினைவு பரிசுகளை அள்ளித் தந்த காட்டுக்கு நன்றி சொல்லி வாரம் ஒரு மரம் நட ஆரம்பித்தான் வருண்.

திக் திக் இரவு

27.03.2121 இரவு 10:00 மணி

“கண்டிப்பா இன்னைக்கு தானே; டேட் செக் பண்ணியா?” என்று பதட்டத்துடன் கேட்டாள் சுமி. “நான் காலையில் இருந்து 200 தடவை செக் பண்ணிட்டேன்; உலகத்தில் எந்த கண்ட்ரியா இருந்தாலும் இன்னைக்கு தான், என்றான் ஆரியன். வீட்டிலிருந்த தொலைக்காட்சி போன்ற திரையில் செய்தி வந்தது, “உங்கள் பதட்டம் எங்களுக்கு புரிகிறது. இன்னும் இரண்டு லெவல் அதிகரித்தால், உங்கள் ரெக்வெஸ்ட் எக்ஸ்பயர் ஆகி விடும், எச்சரிக்கை!!”, என்று அறிவித்தது.

அந்தச் செய்தியைப் பார்த்ததுமே சுமிக்கும் ஆர்யனுக்கும் பதட்ட அளவு மேலும் 5 புள்ளிகள் அதிகரிப்பதுப்போல தோன்றியது. “நம்ம ரெண்டு பேரும் டென்ஷனானா, இவ்வளவு நாள் நாம பாடுபட்டது எல்லாம் வீணாகப் போய்விடும், லெட் அஸ் ரிலாக்ஸ்”, என்று ஆரியன் சுமியின் தோளை அணைப்பது போல் பிடித்தான்.

“பாட்டு கேக்கலாமா, இல்ல ஒரு டான்ஸ்? சொல்லு சுமி”, என்று அவளை இறுக்கினான். “நாக்கு வறண்டு போய் இருக்கு, காலையிலிருந்து ஒரு எனர்ஜி மாத்திரை தான் சாப்பிட்டு இருக்கேன். நோ சான்ஸ் ஆரியன்” என்று சோர்வுடன் சொன்னாள்.

“நீ ரொம்ப சோர்ந்து போய் இருந்தால் கூட ரிக்வெஸ்ட் கேன்சல் ஆயிடும். உன்னுடைய சென்சார் மஞ்சள் காட்டுது. சீக்கிரம் ஆரஞ்சு ஆயிடும்.

அப்புறம் மறுபடியும் மெசேஜ் வரு..." என்று சொல்லி முடிப்பதற்குள் திரையில் இன்னொரு செய்தி வந்தது.

"நாங்கள் உங்கள் லொகேஷனை இன்னும் 23 நிமிடங்கள் 06 வினாடிகளில் அடைந்து விடுவோம். அதற்குள் கடைசி தவணை பிட் காயினை செலுத்தி விடவும். இல்லையென்றால் உங்கள் ரெக்வெஸ்ட் பூர்த்தி ஆகாது", என்று மின்னியது

"என்னது இது ஆரியன்??, கடைசி ட்ரெய்னிங் அன்னைக்கு நீ பே பண்ணலையா", என்று கோபக் கணைகள் வீசியபோது, எத்தனை நூற்றாண்டுகள் ஆனாலும் மறதி வியாதியிலிருந்து மீளாத ஆண்கள் கூட்டம் கண்களைப் பிதுக்கி உணர்ச்சியை வெளிப்படுத்தியது.

அவன் கையிலிருந்த மணிக்கட்டு பேமென்ட் பேட்சைப் பார்த்து கண்சிமிட்டியவுடன் பிட் காயின்கள் கு.கு. நிறுவனத்தை சென்றடைந்தது.

"கதவைத் திறந்தே வைப்போம், முகத்தை நல்ல அலம்பிப்போம், ப்யூபில் ஸ்கேன் வேற செய்வாங்கன்னு கேள்விப்பட்டிருக்கேன் ஆரியன்".

"நீ ரொம்ப நல்லவ சுமி, உனக்கு எந்தக் கெடுதலும் நடக்காது", என்று ஆரியன் "எல்லாம் தெரிஞ்ச நீயா இப்படி சொல்ற, மூணு வருஷமா காத்துகிட்டு இருக்கேன். சம்பாதிச்சது எல்லாம் இந்த ஒரு ரெக்வெஸ்ட்காக தான். இதுக்கு மேல எனக்கு இழக்கிறதற்கு ஒன்னுமில்ல. நீ கூட ரொம்பவே

மாறிட்டே. எனக்கு எல்லாமே..." என்று சுமியின் குரல் தழுதழுக்கும் போது... கதவின் சென்சார் சிரித்தது. மாஸ்க் அணிந்த இருவர் கையில் ஒரு சொகுசு பெட்டியுடன் வருவது தெரிந்தது. பிப்யூபில் ஸ்கேன் முடிந்தவுடன், "வாழ்த்துக்கள், இந்தாங்க உங்க ரெசிப்ட் அண்ட் செக் லிஸ்ட்", அப்புறம்..." என்று பெட்டியை நீட்டியவுடன் சுமிக்கும் ஆரியனுக்கும் நெஞ்சு படபடப்பது நிற்கவில்லை.

சொகுசுப்பெட்டியின் திறந்திருந்த துவாரத்தில் தெரிந்தது... ஹோம் டெலிவரி ஆன ஒரு பிஞ்சுக்குழந்தை தன் கையை அசைத்தது.

நினைவுகள்

சுதா காலையில் இருந்து நான்கு முறை போன் செய்து விட்டாள். "நீயும் நானும் சேர்ந்து போகலாம். லேடீஸ் எல்லாம் பிங்க் புடவை டிரஸ் கோட் கொடுத்திருக்காங்க மறந்துடாதே", என்று ஒவ்வொரு முறையும் பத்மாவிற்கு ஞாபகப்படுத்திக் கொண்டே இருந்தாள். கல்லூரியின் முன்னாள் மாணவர்களின் சந்திப்பு அன்று. வருடா வருடம் நடக்கும் உற்சவம் தான். பத்மாவுக்கு ஏனோ இந்த 40 ஆண்டுகளில் இந்த முறை கொஞ்சம் புதிதாகவும் பதட்டமாகவும் இருந்தது. சுதா அடிக்கடி போன் செய்து அந்தப் பதட்டத்தை அதிகரித்துக் கொண்டு இருந்தாள்.

கண்ணாடியில் மாத்திரைகளின் பெயர்கள் அழகாக எழுதி வைக்கப்பட்டிருந்தன. வண்ண வண்ண மாத்திரைகளை வரிசையாக விழுங்கினாள் பத்மா. வயது 60க்கு மேல் ஆகிறது என்பதை மங்கலான கண் பார்வையும் மாத்திரைகளும் நினைவு படுத்திக் கொண்டிருந்தன. வாசலில் காரில் வந்து இறங்கினாள் சுதா. "சீக்கிரம் வாடி. எல்லோரும் கேதர் ஆயிட்டாங்களாம். பிங்க் சாரீல தேவதை மாதிரி இருக்கேடி", என்று கன்னத்தைக் கிள்ளினாள்.

"சுதா... ஒண்ணு கேட்கணும்", என்றாள் பத்மா. "நீ என்ன கேட்பேன்னு எனக்குத் தெரியும். நீ முதல்ல உள்ளே வா...", என்று கல்லூரி வளாகத்தில் நின்ற காரிலிருந்து பத்மாவை முதன்மை கட்டிடத்தை நோக்கி அழைத்துச் சென்றாள். காரிடாரைக் கடக்கும் போது பத்மாவை மறைந்திருந்து பார்க்கும்

குமாருடைய கண்கள் நினைவுக்கு வந்தன. இன்றும் அவள் காரிடாரை கடக்கையில் அந்த கண்களை தேடின. திரும்பித் திரும்பி ஒவ்வொரு தூணாக பார்த்துக் கொண்டே வந்தாள் பத்மா. ஏனோ அவளை யாரோ பார்த்துக் கொண்டிருப்பது போல் அவளுக்கு தோன்றி கொண்டே இருந்தது.

லைப்ரரி அருகே வந்ததும், பத்மாவுக்கு குமாருடைய ஞாபகங்கள் நெஞ்சை அழுத்திச் சென்றது. பத்மா எடுத்து செல்லவிருந்த புத்தகத்தை முன்கூட்டியே அறிந்து அந்தப் புத்தகத்தில் கடிதத்தை வைத்து, பின்னர் அதை வேறு யாரோ எடுக்க, பிரின்சிபல் வரை விஷயம் செல்ல, சஸ்பென்ஷன் வரை போய் பத்மாவிடம் பின்னர் அந்தக் கடிதத்தை சேர்த்து குமார் காதலை சொன்ன நாள் நினைவுக்கு வந்தது. “சுதா... குமார் இன்னைக்கு?”, என்று கேட்டாள் பத்மா. “உனக்கு குமாரை தவிர வேறு யாரையுமே ஞாபகம் இல்லையா பத்மா?”, என்று சுதா கேட்க, நரை எய்திய பின்னும் முதல் காதல் தந்த வெட்கமும், அதை தோழி கேலி செய்த உடன் வந்த போலி கோபமும் பத்மாவிடம் எட்டிப்பார்த்தது.

“ஏன் இன்னைக்குத் தனியாய் இருக்கோம். குமாரின் காதலுக்கு அப்பொழுதே சரி என்று சொல்லி இருக்கலாம். அவனைவிட என்னை யாராலும் காதலித்திருக்க முடியாது. நான் ஏன் அப்படி முடிவெடுத்தேன். அப்பாக்கூட மாட்டேன்னு சொல்லி இருக்கமாட்டார். ஏனோ நம்ம நேரம். எல்லாம்

நன்மைக்கே", என்று தனக்குத்தானே சமாதானம் படுத்திக் கொண்டு இருந்தாலும் மனது முழுவதும் குமாரின் மீதே இருந்தது.

கல்லூரியின் கேன்டீன், ஸ்டோன் பெஞ்ச், லேப் என்று ஒவ்வொரு இடமாக நடந்துகொண்டே பார்த்துக் கொண்டிருந்தார்கள் பத்மாவும் சுதாவும். "ஆடிட்டோரியத்தில் நெருங்க நெருங்க பத்மாவுக்கு வியர்க்கவே ஆரம்பித்திருந்தது. வியர்வையில் சாந்துப்பொட்டு ஒழுக ஆரம்பித்ததை உணர்ந்த பத்மா அதை சரிசெய்ய கர்ச்சீப்பை தேடினாள். குமார் அவளுடைய நெற்றியில் பொட்டு வைப்பது போல் ஏனோ உணர்ந்தாள். "பத்மா என்ன ஆச்சுடி?", என்று சுதா கேட்க..." இல்லை, பொட்டு சரி பண்ணனும்", என்று பத்மா சொல்ல, போனை செல்பி மோடில் போட்டு முகத்தை காட்டினாள். "என் பொண்ணு சொல்லிக் கொடுத்தா டீ...", என்ற சுதா சிலாகிக்க, செல்பி கேமரா பார்வையில் தொலைவில் குமார் போன்ற ஒருவரைப் பத்மா பார்த்தாள். திரும்பி பார்ப்பதற்குள் ஆளைக் காணவில்லை.

நிச்சயமாக குமார் தான் என்று அவள் நெஞ்சம் சொன்னது. இன்று எப்படியாவது பேசிவிட வேண்டும் என்று உறுதிக் கொண்டாள் பத்மா. முன்னாள் மாணவர்கள் கூட்டத்தில் தெரிந்த முகங்கள் சில, மறந்த முகங்கள் பல என்று அலைமோதிக் கொண்டிருந்தது. நிறைய பேர் தன்னிடம் வந்து," எப்படி இருக்க பத்மா?", என்று கேட்க கேட்க, பத்மாவிற்கு

புதிய தன்னம்பிக்கை வந்தது. இத்தனை பேர் தன்னை நினைவில் வைத்திருக்கின்றனரா என்று.

கூட்டத்தில் மிகவும் பரிச்சயமான முகம் ஒன்று பத்மாவை நோக்கி வந்தது. குமார்... முகத்தில் சுருக்கம், நன்றாகவே நரைத்திருந்தது. வழுக்கை குறைவு தான் தொப்பையும் கொஞ்சம் இருந்தது. ஆனால் அந்த பார்வை, அது மட்டும் மாறவே இல்லை. முழுக்க முழுக்க காதல் தளும்பிக் கொண்டிருந்தது. "பத்மா..." என்று குமார் சொன்னபோது போன ஜென்மங்களை எல்லாம் நினைவுபடுத்தும் உணர்வு. "குமார்...", என்று பத்மா வாய் எடுக்கையில், நடுவில் நுழைந்த எவனோ ஒருவன், "ஹாய் குமார், எப்படி இருக்கே?" பார்த்து எத்தனை வருஷமாச்சு? மிஸஸ் எப்படி இருக்காங்க. பசங்க எல்லாரும் வெளிநாட்டில் செட்டில் ஆயிட்டாங்க போல?", என்று அந்த நபர் விசாரிக்கும் போதே நெஞ்சு படபடத்து, தலைசுற்றி மயங்கி விழுந்தாள்.

காரில் சுதா முன் சீட்டில் அமர்ந்து இருந்தாள். "அவளை கொஞ்சம் படுக்க வச்சுக்கோ குமார்",. என்றாள் சுதா... ". இல்லை... இல்லை... ஷி வில் பீ பைன்", என்று தன் தோள் மீது சாய்ந்து தெரிந்த பத்மாவின் தலையை கோதிக் கொண்டிருந்தன குமாரின் விரல்கள்." போன முறையை போல தான் இப்பவும் இருக்கிறது. மோசமாக வில்லை அந்த அல்சைமர்ஸ் ன்னு கொஞ்சம் மனசை தேத்திக்கிறேன். அடுத்த வருடம் பையனோட யு.எஸ் க்கு போய்விடுவோம். அங்க கொஞ்சம் கேர் அண்ட் ட்ரீட்மெண்ட் கிடைக்குமாம்.

ஆனால், இத்தனை வருட உறவில் அந்த காலேஜ் மட்டும் நினைவில் எப்போதுமே ஒட்டிக்கிட்டு இருக்கு.", என்று குமார் விளக்க, "காலேஜில்ல குமார், அது உன் காதல்", என்று சுதா சொன்னாள்." அவளுக்கு அந்த நினைவுகள் போதும், எனக்கு அவள் போதும்", என்று சொல்லி பத்மாவின் விரல்களை இறுக பற்றின குமாரின் கைகள்.

பரிசு

“ஏன் என்றால்... அவள் பிறந்த நாள்”, என்று சேது அவன் நண்பனின் காதுகளில் பாடிக் கொண்டிருந்தான். “எங்க அம்மா பர்த்டே கூட மறந்துட்டேன், சுஜி பர்த்டேக்கு வருஷா வருஷம் நீ கொடுக்கிற பில்ட் அப்ல என் பர்த்டேவயே மறந்திடுவேன் போல இருக்கு”, என்று புலம்பினான் நண்பன்.

“ஆமா, உனக்கு பிரேக்கப் ஆயிடுச்சுன்னு நான் நினைச்சேன். சுஜி தான் உன்னை நல்லா திட்டி அனுப்பிட்டாளே, அப்புறம் எதுக்கு பர்த்டே, கிப்ட் எல்லாம்”, என்று கேட்க, “இல்லடா, நீ போனு அவள விட்டுட முடியாது. அவள் திட்டும் போது என் லவ்வர்ல இருந்து அம்மாவா பிரமோட் ஆயிடறா”, என்று சேது சொல்ல, அரைகுறையாக புரிந்த நண்பன், “எனது அம்மா ஆயிட்டாளா?”, என்று கேட்க, சேது அவனை செல்லமாக ஒரு மிதி மிதித்தான்.

இந்த தடவை என்ன பரிசு கொடுக்கலாம் என்று வலைதளங்களை புரட்டிக் கொண்டிருந்தான் சேது. பெயர் போட்ட கீ செயின், கரடி பொம்மை, சாக்லேட் பாக்ஸ் தொடங்கி இதய வடிவம் எதில் பொறிக்கப்பட்டு இருந்தாலும் அதை வாங்கி கொடுத்தாகிவிட்டது. அப்பாவும் அண்ணாவும் கொடுத்த பாக்கெட் மணி எல்லாம் ஒன்று பிரியாணி ஆக அல்லது பரிசுப் பொருளாக கடந்த இரண்டு வருடங்களாக உருமாறி இருந்ததை சேது உணர்ந்தான். இந்த வருஷம் சுஜி கோபத்தை தணித்து, அவள் மனம் மாறுவதற்கு ஏதுவான அந்த பரிசுப் பொருளை நினைத்து

நினைத்து அவனுடைய மூளையின் செயலாக்கத்தை முழுவதுமாக செலவழித்தான் சேது. அதற்கு அவனுடைய நண்பனின் பாதி மூளையும் கடன் வாங்கி கசக்கிக் கொண்டு இருந்தான். “சேது, நீ சுஜிக்கு பிடிச்சவங்களோட வாழ்த்துகளை எல்லாம் கலெக்ட் பண்ணி ஒரு வீடியோ செஞ்சு சர்ப்ரைஸ் பண்ணேன்?”, என்று யோசனை சொல்ல, நம்ம காலேஜ் வாட்ச்மேன் அவர் பொண்டாட்டிக்கு அதை பண்ணியிருப்பார் டா.”, என்று சேது கேவலப்படுத்த, “அது சரி, அப்போ நியூஸ் பேப்பர்ல விளம்பரம் கொடுத்து விடுவோமா?”, என்று மற்றும் ஒரு யோசனை கணையை விடுக்க, அடுத்த நாள் பேப்பரில் என் ஃபோட்டோ ஓட இரங்கல் செய்திதான் வரும். அடேய், ஏதாவது உருப்படியா ஒரு யோசனை சொல்லுடா”, என்று கெஞ்சினான் சேது.

“இன்னும் ஒரு மாசம் இருக்கு சேது, தினம் நாலு ஐடியா டிஸ்கஸ் பண்ணுவோம் சரியா, இப்ப படுத்து தூங்கு”, என்று நண்பன் சொன்ன வார்த்தைக்குச் சிறிது சமாதானமாகி படுக்கச் சென்றான் சேது. கனவில் பரிசு பொருட்கள் எல்லாம் சிறகு விரித்துக் கொண்டு அவனைச் சுற்றி சுற்றி வந்தது. அவன் எகிறி குதித்து ஒரு பரிசுப்பொருள் எட்டிப் பிடித்து அதை உடனே பிரித்தும் பார்த்தான். சுஜி இடம் அதை ஆசையுடன் கொடுக்க, அவள் அதை கசக்கி அவன் முகத்தில் வீச, திடுக்கிட்டு எழுந்தான். அதற்கு மேல் அவனுக்கு தூக்கம் வரவில்லை.

காலை 8:00 மணிக்கு வீட்டை விட்டு நல்ல பேண்டும் ஷர்ட்டும் போட்டு கொண்டு கிளம்பினான். இரவு வீடு திரும்பும்போது மணி ஒன்பது. கூட இருந்த நண்பனுக்கு ஒன்றும் புரியவில்லை. தொடர்ந்து ஐந்து நாட்கள் அதேபோல் தினசரி நடந்தது. பொறுக்க முடியாமல், "சேது, என்னாச்சுடா? போகும்போது டிப்டாப்பாக கிளம்புற, கசக்கி போட்ட பேப்பர் மாதிரி திரும்பி வர்ற. காலேஜ் பக்கமும் வரல. பிராஜக்ட் சப்மிஷன் வேற இருக்கு", என்று தோளை உலுக்க, "இல்லடா, சுஜிக்கு கிப்ட் டா", என்று சொல்ல, கோபத்தில் பொங்கி எழுந்தான் நண்பன். "நீ என்ன கிப்ட் கொடுத்தாலும் தூக்கி தான் போடப் போறா அவ. சுஜியை மறந்துட்டு உன் கேரியரை பாருடா", என்று கத்தினான்.

"எனக்கு சுஜியை இம்ப்ரஸ் பண்ண இதுதாண்டா கடைசி சான்ஸ்", என்று சேது சொன்னபோது நம்பிக்கையை இழந்தான் நண்பன்.

மேலும் ஒரு வாரம் அதே போல தொடர்ந்தது. அறையில் எங்கு பார்த்தாலும் காகிதக் குவியல். பிராஜக்ட் காலக்கெடுவும் சுஜியின் பிறந்தநாளும் நெருங்க நெருங்க சேதுவின் பதட்டம் அதிகமானது. அவனை அருகில் இருந்து பார்த்த நண்பனின் கவலை அதைவிட அதிகமானது.

பிறந்த நாளுக்கு ஒரு நாள் முன்னர் கொஞ்சம் தெளிவோடு இருந்தான் சேது. சிரித்துப் பேசினான். ஆனால், அடிக்கடி இடுப்பிலும் முதுகில் கை

வைத்து தடவினான்.", டேய், கிட்னியை வித்து கிப்ட் வாங்கிட்டியா?, நீ ஒரு மாதிரி தான் நடந்துக்கிற", என்று கேட்டான் நண்பன். "ஒன்னும் இல்லைடா, சுஜி வராளான்னு படிக்கட்டில் இருந்து எட்டி பார்த்தேன், அப்படியே ஸ்லிப் ஆயிட்டேன்", என்றான். "ப்ளீஸ்டா, பால்கனியில் இருந்து எட்டிப் பார்த்துடாதே", என்று சேதுவின் தோளைத் தட்டினான்.

சுஜியின் பிறந்தநாள் அன்று. முழு நம்பிக்கையோடு துள்ளலோடு சேது பரிசை எடுத்துக் கொண்டு, ஒரு பூங்கொத்தை வாங்கிக் கொண்டு சுஜியை பார்க்கக் கிளம்பினான். எந்நாளும் தேவதை போல் காட்சியளிக்கும் காதலி, அவள் பிறந்தநாளன்று தேவதைகளின் அரசி போல் பொலிவுடன் இருந்தாள். அவள் அருகே சென்று, "ஹாப்பி பர்த்டே சுஜி", என்று பூங்கொத்துடன் பரிசையும் நீட்டினான். சுஜிக்கு கோபம் வந்தது. ஆனால் பிறந்தநாளன்று பிரச்சனை வேண்டாம் என்று, "தேங்க்ஸ்", என்றாள்." பிரிச்சு பாரு", என்று சேது சொல்ல, "நான் அப்புறம் பார்க்கிறேன்", என்று சுஜி சொன்னாள். அவளைக் கட்டாயப்படுத்தாமல் அங்கிருந்து நகர்ந்தான். "அவ உன்னை துளி கூட மதிக்கவில்லை, நீ எதுக்குடா கிப்ட் கொடுத்த?", என்று நண்பன் கோபப்பட, "என்னை பொறுப்பில்லாதவன் உன்னை நம்பி எப்படி எங்க அப்பா அம்மா கிட்ட பேசுறது போன தடவை கேட்டா, அதான் ஒரு மாசமா அலைஞ்சு ஒரு கம்பெனியில ஆப் கேம்புஸ் இன்டர்வியூ எல்லாம் அட்டெண்ட் பண்ணி னேன். செலக்ட் ஆன ஒரு ஆஃபர் லெட்டர்

ஐ தான் அவளுக்கு கிப்ட்டா கொடுத்து இருக்கேன்", என்று சேது சொன்னபோது நண்பன் அவனை கட்டி அணைத்தான். "ரொம்ப பெருமையா இருக்கு சேது. நான் படிக்க வெளிநாடு போய் விடுவேன். உன்ன பத்தி எனக்கு ரொம்ப கவலையா இருந்தது. சுஜியை விட எனக்கு தான் இது பெரிய கிப்ட்", என்று பெருமையில் நண்பனின் குரல் தழுதழுத்தது.

சேதுவின் அலைபேசி சுஜியிடமிருந்து வந்த அழைப்பில் சிணுங்க ஆரம்பித்தது.

மாய மஞ்சள் பந்து

“மகராசியா இருப்பே” என்று பூஜையிலிருந்த மிக உருண்டையான பளீர் மஞ்சள் எலுமிச்சை பழத்தை பூசாரி எடுத்து சுபாவிடம் கொடுத்தார். “உன் புருஷனை ஒரு தடவை குலசாமிக் கோயிலுக்கு கூட்டிட்டுப் போ”, என்று சாமி ஆடிகொண்டே சொன்னார். வீட்டுக்கு போனதும் ரவிக்கு பிடித்த பூரி சென்னா செய்து ஆசையாகக் காத்துக் கொண்டிருந்தாள்.

“டிங் டாங்கி டிங்”, ஒலித்தது காலிங் பெல். சுபா மிகவும் ஆவலாக கதவு திறந்தாள். பிரவீன் சோர்வான முகத்தைப் பார்த்து அவளுக்கு அலுவலகத்தில் என்ன நடந்திருக்கும் என்று யூகிக்க முடிந்தது. பேச்சை ஆரம்பிக்க வேண்டும் என்பதற்காகவே, “லஞ்ச் பாக்ஸ் எங்கேங்க?”, என்றாள். “உலக பிரளயமே ஆனாலும் உனக்கு அக்கறை எல்லாம் நானும் பிள்ளைகளும் வீட்டுக்கு திரும்ப எடுத்துட்டு வரும் டிபன் பாக்ஸில் தான் இருக்கும்”, என்று எரிந்து விழுந்தான்.

“ப்ளீஸ், டென்ஷன் வேண்டாம். நான் வேணும்னா ஒரு வேலை தேடுகிறேன். நீங்க கொஞ்சம் லே-ஆப் ஃபிரஷர் இல்லாமல் இருங்க.” என்று வந்த கோபத்தை அடக்கிக் கொண்டு பொறுமையாக சமாதானம் சொன்னாள். “நீ பசங்கள பாரு. நடக்காததெல்லாம் பத்தி பேசாத”, என்ற டிவி ரிமோட்டை எடுத்தான். “எனக்கு சாப்பாடு வேணாம். நீ போய் படு”, என்று முனகி விட்டு, டிவியில் ஒளிபரப்பு ஆகிக்கொண்டிருந்த சி.எஸ்.கே மேட்சுக்கு தாவினான்.

கடைசி ஓவர், ஒரு பந்து 4 ரன்கள் என்ற நிலையில் இருந்தது.

சுபா சமையலறையில் "இப்போ மேட்ச் ரொம்ப முக்கியம்", என்று கடிந்து கொண்டிருந்தாள். "சுபா.....", என்று ஒரு குரல் கதற, ஓடி வந்து பார்க்க, நெஞ்சில் கையை பிடித்துக்கொண்டு சரிந்திருந்தான் ரவி. அடுத்த அரை மணி நேரத்தில் 108 ஆம்புலன்ஸ் அருகிலிருந்த மருத்துவமனையில் அவசர சிகிச்சைப் பிரிவில் இருந்தான்.

"அளவுக்கு மீறிய ஸ்ட்ரெஸ் தான் காரணம் மிசஸ் ரவி. அவருக்கு பிபி ஷூட் ஆகியிருக்கு. ஆஞ்சியோல பெரிய ப்ளாக்ஸ் இல்ல. அவருக்கு தேவை நல்ல ஸ்ட்ரெஸ் ரிலீ∴ப், ரெஸ்ட் அண்ட் மெடிசின்ஸ்", என்று டாக்டர் சொன்ன போது தான் சுபாவின் போன உயிர் திரும்ப வந்தது.

"உன்னை யாருடா சி எஸ் கே மேட்ச் ∴பைனல் ஓவர் பார்க்க சொன்னா, ஜிம் பாடிக்கு கூட நெஞ்சு வலி வரும். நீ ஆபீஸ் பத்தி கவலைப்படாதே. நம்மள நம்பி தான் கம்பெனி இருக்கு. கம்பெனியை நம்பி நாம இல்ல", என்று அதட்டிக் கொண்டே ஆறுதல் சொன்னான் ரவியைப் பார்க்க வந்த அவன் நண்பன் ஜெய். "நீங்க பயப்படாதீங்க சுபா, ரவி நல்லா ஆயிடுவான். நாங்க எல்லாம் எதுக்கு இருக்கோம்", என்று சொல்லிவிட்டு ஒரு பார்ஸலைத் தந்தான். உள்ளே திறந்து பார்த்ததில் மஞ்சள் ஸ்மைலி

பந்து போல் இருந்தது. "இது எதுக்கு?" என்று சுபா கேட்க ஆரம்பிக்கும் போதே", இது ஒரு பெரிய ஸ்ட்ரெஸ் தெரபி. உள்ளங்கையில் வச்சு பிழியிரா மாதிரி;அமுக்கினாலே, பிபி நல்லா குறையும்னு ஒரு ஃபரண்ட் சொன்னான். நல்ல எஃபக்ட் இருக்குனு நெட்ல படிச்சேன்மா. ட்ரை பண்ணுவோம், என்று விடைபெற்றான்.

உடம்பு சரியில்லாதவர்களை விட அவர்களை பார்த்துக் கொண்டிருப்பவருக்கு தான் சிரமம் அதிகம். சுபாவுக்கு ரவி நல்லா ஆனா போதும் என்பது போல் சிறு சிறு விஷயங்களை கூட அதிகம் கவனம் கொண்டு செய்தாள். சமையலறையில் இருக்கும் போதெல்லாம் அன்று கேட்ட "சுபா......" என்ற அடிக்கடி கேட்டுக் கொண்டேயிருந்தது.

பார்க்கும் இடத்திலெல்லாம் மஞ்சள் ஸ்மைலி பந்துகளை வைத்தாள். ரவிக்கும் இரண்டு வாரங்களில் அது ரொம்ப பழகிப் போயிருந்தது. குழந்தைகளும் வீடெங்கும் பந்துகள் கண்டு குதூகலமாக இருந்தார்கள். செக்கப்பிற்காக சென்ற போது, டாக்டர் நல்ல இம்ப்ரூவ்மெண்ட் இருப்பதாக சொன்னார். ரவியும் பந்து அமுக்கும் கவனத்தில் ஒரு மாதத்திற்கு மேலாக புகைப்பிடிப்பதை மறந்தே போய் இருந்தான்.

அந்த மஞ்சள் ஸ்மைலி பந்து சுபாவிற்கு குலசாமி கையிலிருந்த எலுமிச்சைபழம் போலவே இருந்தது.

விதியை மாற்றும் பெண்கள்

“வாழ்த்துக்கள்! சீதா மேடம், ஊரெல்லாம் உங்களைப் பற்றி தான் பேச்சு”, “நாளைக்கு நேஷனல் டெலிவிஷன்ல ஒரு டாக் ஷோ-ல கூட பேசப் போறீங்க போல, “சூப்பர் மேடம் கலக்குங்க”, என்று வாழ்த்தி முடித்தவரைப் பார்த்து ஒரு இங்கித வணக்கம் வைத்தாள் சீதா.

வாழ்த்துக்கள் எவ்வளவு குவிந்தாலும், விவாதத்திற்குரிய விஷயமாக இருந்தால் கொஞ்சம் சஞ்சலமும் அந்த சந்தோஷத் தேரில் சவாரி ஏறிக்கொள்கிறது. ஹைக் கோர்ட் வளாகத்தில் இருந்து கிளம்பிய சீதா, கார் ட்ரைவரைப் பார்த்து, “முதல்ல வீட்டுக்குப் போகணும் அப்புறம் மத்த வேலை”, என்று சுருக்கச் சொல்லிவிட்டு சிந்தனையில் ஆழ்ந்தாள். வீடு வந்தது கூட தெரியாமல் இருந்த சீதாவை, செல்போன் அதிர்ந்து காரில் இருந்து இறங்க வேண்டும் என்று உணர்த்தியது.

வாசலிலேயே கருப்பு அங்கியும் கேஸ் கட்டுகளையும் வாங்கிக் கொள்ள ஆட்கள் இருந்தனர். “வாம்மா வா, இப்பதான் மிஸஸ். ராமசாமி போன் பண்ணாங்க, கேஸ் ஜெயிச்சுட்டே போல, எல்லாம் முடிஞ்சதும் ராமேஸ்வரத்தில் ஒரு யாகம் பண்ணிடணும். ஏற்கனவே, இங்க புழுவும் இல்லை, பூச்சியும் இல்லை”. என்று இழுத்த மாமியாரைப் பார்த்து “சரிங்க அத்தை”, என்று தலையாட்டினாள். சீதா அவளது அறையை நோக்கி விறுவிறுவென்று நடந்தாள். உள்ளே இருந்த அவளது கணவனைப்

பார்த்து ஒன்றும் புரியாதவள் போல் மிரட்சிப் பார்வைப் வீசி நின்றாள்." சியர் அப் சீதா, நீ எது பண்ணாலும் சரியா தான் பண்ணுவே. இந்த உலகமே எதிர்த்தாலும் என் சப்போர்ட் உனக்குத்தான், என்று தட்டிக் கொடுத்தார். மிரட்சி மீளாமல் எதையோ உற்றுப் பார்த்துக்கொண்டிருந்தாள். மீன்தொட்டியில் ஒரு அழகான மீன் இறந்து மிதந்து கொண்டிருந்தது. "உங்க ஒர்க் ப்ரம் ஹோம் வேலையோட சேர்த்து அந்த மீனைத் தோட்டத்தில் அடக்கம் பண்ணிடுங்க. காக்கா கொத்த விடவேண்டாம் ப்ளீஸ்", என்று சொல்லி," உங்க சப்போர்ட்டுக்கு ரொம்ப தேங்க்ஸ்", என்று குழப்பம் தீர்ந்தது போல் புன்னகைத்து "வேலையை முடிச்சிட்டு லேட் ஈவினிங் வந்துடுவேன்-ங்க", என்றாள்.

காப்பகத்திற்குப் போகணும் டிரைவர்", அப்புறம் அங்கே இருந்து ஹாஸ்பிடல், என்று உத்தரவிட்டாள். வழியில் ஒரு கடையில் நிறுத்தி சாக்லேட் வாங்கிக் கொண்டாள். காப்பகத்திலிருந்த மீனாக்குட்டியை கட்டி அணைத்து சாக்லேட்டைக் கொடுத்தாள். பெண் காவலர்கள் துணையோடு அரசு மருத்துவமனைக்கு வந்து சேர்ந்தனர்.

"டெஸ்ட் எல்லாம் எடுத்தாச்சு, ஷி வில் பி ஃபைன்", என்று பெண் மருத்துவர் சீதாவின் தோளை தட்டிக் கொடுத்தார். ஆபரேஷன் தியேட்டருக்கு அனுப்பி விட்டு, பார்வையாளர்கள் அறையில் வயிற்றை பிடித்துக் கொண்டு உட்கார்ந்தாள். அங்கிருந்த அமைதியை தொலைக்காட்சியில் வந்த தலைப்புச்செய்திகள்

தகர்த்தது. "பதிமூன்றே வயதான வன்கொடுமைக்கு ஆளான சிறுமியின் 22 வாரமான கருவைக் கலைக்க உச்ச நீதிமன்றம் அனுமதி வழங்கியது" இதை அடுத்து 21 வாரங்கள் என்ற கருக்கலைப்பு உச்சவரம்பு சட்டத்தில் திருத்தங்கள் மேற்கொள்ள அனுமதி வழங்கியது". என்ற செய்தியைக் கேட்ட இன்ஸ்பெக்டர்," நீங்க அந்த குழந்தை பிறந்ததும் தத்து எடுத்து இருக்கலாமே மேடம்", என்று கேட்டார். "நீங்க அந்த உலகம் தெரியாத கருவுக்கு வாழ்க்கை கொடுக்கலாமேன்னு சொல்றீங்க, எனக்கு அதை சுமந்துகிட்டு இருக்கற குழந்தைக்கு வாழ்க்கை கொடுக்கணும்னு மட்டும் தான் தோணுச்சு" என்றாள் சீதா.

"சக்சஸ்ஃபுல் ப்ரோசீஜர் டன்", என்று பெண் மருத்துவர் சொல்ல, சீதாவும் பெண் இன்ஸ்பெக்டரும் கைகுலுக்கிக் கொண்டனர்.

அப்பீட்டு

“நம்ம புள்ளிங்கோ எல்லாம் ரொம்ப பயங்கரம்”, என்ற பாட்டு ஆட்டோ நிறுத்தத்தில் அலறிக் கொண்டிருந்தது. ஆட்டோ மீது சாய்ந்து, ப்ளீச் என்ற பெயரில் பரிதாபமாக ஆக்கப்பட்டிருந்த முடியைக் கோதினான் வெற்றி. சீராக இருந்த ஒன்று சிலுப்பிக்கொண்டு நின்றால் அதற்கு ஒரே காரணம் தான் - காதல். எதிரே பஸ் ஸ்டாண்டில் சுமதி எதற்கு நின்று கொண்டிருக்கிறோம் என்பதையே மறந்து போய் வெற்றி மீது அவ்வப்போது பார்வைக் கணைகளை வீசினாள்.

“எத்தினி நாள் தான் பாத்துனேருப்ப மச்சி, நீ இன்னிக்கு சுமதியாண்ட பேசிட்டேனா, அத்தினி பேருக்கும் பிரியாணி வாங்கியாறேன்டா”, என்று நண்பன் உசுப்பேற்ற, நனைந்த கோழி கிளர்ச்சிக்கொண்டது போல வெற்றி எதுவும் யோசிக்காமல் சட்டென சாலையைக் கடந்தான்.

“ஒண்ணு நமக்கு இன்னிக்கி பிரியாணி இல்லாட்டி அவனே இன்னிக்கி பிரியாணி தான் என்று நண்பர் கூட்டம் ஓ போட்டது

வெற்றி சுமதியின் அருகே நின்றான். வெற்றி வாயெடுக்கும் முன், சுமதி முந்திக்கொண்டாள். “நீயேன் ஆட்டோ ரேஸ் ஓட்ற? எங்க நைனாக்கு பிடிக்காது. போலீஸ் புடிக்குமாம். உயிர் கூடப் போவுமாம். நீ ரேஸ் ஓட்டறது பிடிக்கல வெற்றி”, என்று படபடவென்று பேசிக்கொட்டினாள்

"எனக்கு ரெண்டு தான் தெரியும், ஒண்ணு நீ, இன்னொண்ணு ரேஸ்...இத்த வுட்டா எனக்கு வேறத் தெரியாது சுமதி", என்றான் வெற்றி.

இரவில் க்ரீச்...க்ரீச்...வுரூம்...வுரூம்...என்று ஆட்டோ ரேஸ் சத்தம் காதைக் கிழித்தது. சுமதிக்கு அழ வேண்டும் போல் இருந்தது.

ஒரு வாரம் கழித்து, வெற்றி சுமதியின் நைனாவிடம் நேரே வந்தான். "சார், நானிப்போ ரேஸ் ஓட்டறதில்ல, ஒங்க பொண்ணை தாங்க", என்றான். "ஒனக்கு எம்மா தெகிரியம், எப்படி கஞ்சி ஊத்துவே? பெரிசா பொண்ணு கேட்டு வந்துட்டே", என்று தகப்பனுக்கே உரிய தொனியில் கத்தினார்."நான் முன்னாடி வளச்சு வளச்சு ஆட்டோ ஓட்டினேன் இப்போ ஆம்புலன்ஸ் ஓட்றேன். எல்லாம் சுமதிக்காக சார்" என்றான்.

மௌனம்.

சாலையில் ஆம்புலன்ஸ் சைரன் சுமதிக்கு மட்டும் கெட்டி மேள சத்தமாக கேட்டுக்கொண்டிருந்தது.

அரசரின் அந்தரங்கக் காதலி*

[- வரலாற்று சம்பவங்களை அடிப்படையாகக் கொண்டு புனையப்பட்ட முழுக்க முழுக்க கற்பனை கதை]*

முகலாயப் பேரரசின் சாம்ராஜ்யம் இவனின் குடைக்கீழ் தான் ஆசிய கண்டத்தின் பெரும் பகுதியை ஆளப் போகிறது என்று சற்றே பொறி தட்டிய மனநிலையுடன் அமர்ந்திருந்தார் ஷாஜகான். ஆனாலும் மனதில் கலக்கம் கலைந்த பாடில்லை.

அரண்மனைக்கு அருகே இருந்த முகாம் ஒன்றில், இருந்த போர் யானையின் ஆக்ரோஷத்தில் இருந்து ஒரு அரச வீரன் வெற்றிகரமாக தப்பியதை நாடே கொண்டாடிக் கொண்டிருந்தது. தன் வாரிசு வெளிப்படுத்திய வீரத்தை பாராட்ட அரசர் ஷாஜகான், பகதூர் என்ற பட்டத்தை, வெற்றிவீரன் அவுரங்கசீப்பிற்கு சூட்டினார். வீராதி வீரன் என்று ஊரே போற்றினாலும், அரசனோ ஆண்டியோ தந்தையின் கவலையெல்லாம் அவனது ஆயுளை பற்றிதான்.

தனக்குப்பின் முடிசூட்டிக் கொள்ளும் இளவரசன் இவன் தானோ என்று அவுரங்கசீப்பை பார்க்கும்போதெல்லாம் ஷாஜகானின் கண்கள் மின்னின. அவுரங்கசீப்பின் திறமையை அறிந்து ராஜாங்க வேலைகளுக்காக தக்காணப் பீடத்திற்கு அனுப்பினார் ஷாஜஹான். வழியில் புர்ஹான்பூரில் அத்தையை பார்த்து விட்டு போகும்படி கட்டளையிட்டார். அரசாங்க வேலையில் இருந்த

ஈடுபாட்டில் சிறிதளவுகூட அத்தை வீடு மீது இல்லை. தந்தை சொல் மீற முடியாததால் ஒப்புக்கொண்டார்.

ஜைனாபத் எனப்பட்ட புர்ஹான்பூரில் மருமகனை வரவேற்க தடபுடலாக ஏற்பாடுகள் நடந்தன. மான்கள் சூழ் "அஹீ-கானாஹ்" தோட்டத்திற்கு அவுரங்கசீப் வந்தபோது அவனை இன்பத்தில் ஆழ்த்த அழகிய பெண்கள் கூட்டத்தை ஏற்பாடு செய்திருந்தனர். எல்லாப் பெண்களின் பார்வையும் தன் மீது படர்ந்திருந்த பெருமிதத்தை அவுரங்கசீப்பால் கட்டுப்படுத்த முடியவில்லை. தனக்கான அழகியைத் தேடி தோட்டத்தில் இன்னும் கொஞ்சம் உலாவலானான்.

தேனினும் இனிய குரல் ஒன்று, தென்றலோடு கலந்து அவனது காதுகளை வருடியபோது தன்னிலை மறந்து அந்தக் குரலைத் தேடிப் போனான். மாமரம் ஒன்றின் அருகே மன்னன் வருவதைக் கூட கவனிக்காமல் கனிகளைப் பறிக்க ஆயத்தமான அந்த அழகியை பார்த்த கண்கள் பட்ட மரத்தில் பாய்ந்த அம்பு போல் நிலை கொண்டன.

விருந்து களேபரம் துவங்க அங்கிருந்து நகர வேண்டிய கட்டாயத்தில் அவுரங்கசீப் இருந்தான். உணவின் சுவை நாவில் ஏறவில்லை, இசையும் பாடலும் உணர்வில் சேரவில்லை, கேளிக்கைகளில் மனம் சற்று கூட ஈடுபடவில்லை. அவுரங்கசீப்பின் மாமா, மிர்-காலில் அவுரங்கசீப்பின் சஞ்சலத்தை உணர்ந்தவராக இருந்தார். அந்த அழகியை அங்கு வரவழைத்தார். "அவுரங்கசீப் திக்குமுக்காடிப்

போனான். நம் மனதில் நினைத்ததை சொல்லாமல் கண்டுகொண்டு கண்முன் நிறுத்தினால் யாருக்குதான் அப்படி இருக்காது.

அவளின் பெயர் "ஹீரா பாய்" யவன நாட்டில் இருந்து அழைத்து வரப்பட்ட அடிமை. அழகு இருக்குமளவு அகங்காரமும் இருந்தது. பிற்காலத்தில் இந்தியாவின் பெரும் பகுதியை ஆண்ட ஒரு சர்வாதிகார மன்னனின் இதயத்தை அந்த அகங்காரமே கொள்ளை கொண்டது. "நான் உன்னைக் காதலிக்கிறேன். என்னுடன் தில்லிக்கு அழைத்துச் செல்லப் போகிறேன்", என்பதே அவுரங்கசீப்பின் முதல் வார்த்தைகளாக இருந்தன. "ஹோ" என்று சிரித்தாள் ஹீரா பாய்.

"இந்த அடிமை மீது காதலா ஹுசூர், எங்கே நிரூபியுங்கள்?", என்று சொல்லி மதுக் கோப்பையை வாய் அருகே கொண்டு சென்றாள். அவுரங்கசீப் மதுவின் வாசனை கூட அறியாதவர் என்பது உலகறிந்த விஷயம். சற்றும் யோசிக்காமல், நான் உன்னை மனதார காதலிக்கிறேன் என்று சொல்லி மதுக் கிண்ணத்தை பறித்து குடிக்க முற்படலானான். சடாரென்று கோப்பையை தள்ளிவிட்டு அவுரங்கசீப்பை அணைத்துக்கொண்டாள் ஹீரா பாய். மேகம் மூடும் நிலவை போல் காதல் போர்வையில் இருவரும் மறைந்து கொண்டனர்.

தில்லிக்கு புறப்படுவதற்கு முன்னர், அத்தையிடம் காதல் விவகாரத்தை சொன்னான் அவுரங்கசீப். அதற்கு தடை சொன்ன மாமனை அக்கணமே தலை சீவ,

வாளை உருவினான் முன்கோபி அவுரங்கசீப். அத்தை சமாதானம் சொல்லி ஷாஜகானிடம் பேசுவதாக வாக்குக் கொடுத்த பின்னரே புர்ஹான்பூரை விட்டு நகர்ந்து சென்றான்.

அவன் சென்ற வழி எல்லாம் அந்த அழகியின் வாசனையைச் சுமந்தே சென்றான். மனதை வருடும் சமயங்கள் தருவதில் காதலுக்கும் தாய்மைக்கும் என்றுமே பெரும் போட்டி. தன் தாத்தா ஜஹாங்கீர், அரசவை நாட்டியக்காரி அனார்கலி கதைகள் அவன் கண்முன் வந்து நிழலாடின. ஆனாலும் ஹீரா பாயை கைப் பிடிப்பதில் உறுதியாக இருந்தான் அவுரங்கசீப்.

அவுரங்கசீப் தில்லிக்கு போகும் முன்னரே அரசின் காதுகளுக்கு காதல் செய்தி எட்டி இருந்தது. தன் நம்பிக்கை நட்சத்திரமான மகன் காதலில் தடம் புரண்டு இருப்பதை நினைத்து மிகவும் வருத்தப்பட்டார். நெருங்கிய அமைச்சர்களின் ஆலோசனையின்பேரில் ஹீரா பாயை கொல்ல ஏவல் அனுப்பினார் ஷாஜஹான்.

தந்தையிடம் ஆசி பெற்று தன் கனவுகளை நிறைவேற்றிக் கொள்ளும் ஆசையில் மாளிகையை நெருங்கினான் அவுரங்கசீப். உணர்ச்சி வெள்ளத்தில் தன் தலை சுற்றுவது போல உணர்ந்த அவன் தடுமாறி விழுந்தான். நெஞ்சில் கல் வைத்து யாரோ அமுக்குவது போல் இருந்தது. அரசனைப் பார்க்காமல் விரைந்து யாருக்கும் சொல்லாமல் புர்ஹான்பூர் போனான்.

ஓய்வின்றி குதிரையில் ஓடி புர்ஹான்பூர் அடைந்த போது, மிர்-காலின் பாதுகாவலன் ஒருவன்

அவுரங்கசீப்பை அங்கிருந்த நதிக்கரைக்கு போகச் சொன்னான். அவுரங்கசீப்பின் அத்தையும் மாமனும் ஒரு மணல் மேட்டின் அருகே பூக்களை தூவி கண்கலங்கி இருந்தனர். தன்னை கொல்ல ஆட்கள் அனுப்பப்பட்டதை உணர்ந்து, அவுரங்கசீப்பின் கைகள் தீண்டிய உடலை வேறு ஒருவரும் தீண்டக்கூடாது என்று அவன் காதலை எண்ணி கொண்டே உயிர் பிரிந்ததை கதையாகச் சொன்னார்கள்... அவுரங்கசீப் கதறி அழவில்லை, துடிக்கவில்லை, அவள் பாடிய பாடல் இன்னும் வருடுவதாக நினைத்துக் கொண்டு அந்த மணல் மேட்டின் மீது சாய்ந்தான். “அவள் தூயவள்”, என்று உரைத்து அங்கு ஒரு மசூதி கட்ட வேண்டும் என்று வேண்டுகோள் விடுத்தான். அங்கிருந்து புறப்பட்ட குதிரை, மனிதாபிமானம் என்னும் பண்பு முற்றிலும் அழிக்கப்பட்ட ஒரு அரசனை சுமந்துகொண்டு தில்லியை நோக்கி பாய்ந்தது.

அவளுக்கான அடையாளம்

“குட் மார்னிங், கய்ஸ்”, என்று ஐந்து விரல்களையும் ஆட்டி, லிப்ஸ்டிக்கில் முக்கிய இதழ்களின் வழியாக காலை வணக்கத்தை காவ்யா வீச, அலுவலக கியூபிகல் ஒவ்வொன்றும் அல்லோகலப்பட்டது. இவ்வளவு அழகு உள்ள மேலிடம் கிடைக்க கொடுத்து வைத்திருக்க வேண்டும் என்று பக்கத்து ஐடி கம்பெனி ஊழியர்கள் எல்லோரும் பெருமூச்சு விட்டனர்.

நல்ல உயரம் (உபயம் ஒன்றரை இன்ச் நீள் முனை ஹீல்ஸ்), சொந்த நிறம் என்னவென்று கண்டுபிடிக்க முடியாத அளவு தூக்கலான மேக்கப், அடுக்கடுக்காக நிற்கும் வண்ணம் பூசப்பட்ட அலைபாயும் தோள் வரையிலான கூந்தல், நுனி நாக்கு ஆங்கிலம், என்ற ஒப்பனை கலவையுடன் நிமிர்ந்த நடையும் நேர்கொண்ட பார்வையும் என்ற அசத்தலான கூட்டணியுடன் ஒளிர்ந்தாள் காவ்யா.

திங்கட்கிழமை காலையில் யாரேனும் ஒருவர் திருப்பதி லட்டுடன் ஒவ்வொரு இருக்கையாகப் போவது ஒருவகை வாடிக்கைதான். காவ்யாவின் கியூபிகலின் நுழைவில் எட்டிப்பார்த்த கேசவன், “மேடம், வீக்கெண்ட் திருப்பதி போயிருந்தேன்”, என்று லட்டை நீட்ட, “கால் மீ காவ்யா நாட் மேடம்”, என்று அதட்டலாக சொல்லிவிட்டு கையில் எடுத்த லட்டை கண்களில் ஒற்றி வாயில் போட்டுக்கொண்டாள். “உங்களுக்கு கடவுள் நம்பிக்கை இருக்கா மேட... காவ்யா ஜி”, என்று கேசவன் தழுதழுக்க, “தமிழ்நாட்டுல இருந்துட்டு முதல்ல ஜி போட்றத

நிறுத்துங்க, அப்புறம் எனக்கு கடவுள் நம்பிக்கை இருக்கான்னு கண்டுபிடிங்க... என்ன", என்று கேட்டவுடன் லட்டு கவருடன் அடுத்த இருக்கைக்குத் தாவினார் கேசவன்.

அலுவலகத்தில் புதிதாக சேர்ந்த ரகுவிற்கு முதல் நாளே திருப்பதி பிரசாதம் கிடைப்பதில் பெரும் சந்தோஷம். பெருமாள் கூடவே உட்கார்ந்து வேலையைப் பார்த்துக் கொள்ளப் போகிறார் என்று நம்பிக்கை. உடன் இருக்கப்போவது பெருமாள் இல்லை, காவ்யா தான் என்று தெரிந்தவுடன் ஒரு பயம் கலந்த சந்தோஷம் ரகுவிற்கு. காவ்யாவின் கியூபிகல் நிறைய விருதுகள், பெஸ்ட் எம்ப்ளாயி என்கிற எழுத்துக்கள் பார்ப்பவர் கண்கள் முழுவதும் நிறைந்திருந்தன. எத்தனை பெரிய பிராஜக்ட் ஆக இருந்தாலும் தன்னிச்சையாக முடிவு எடுக்கக்கூடிய அதிகாரம் அவளிடம் இருந்தது.

வேலையைப் பற்றி காவ்யா சொல்ல ஆரம்பித்தபோது அவர் மேஜையில் இருந்த குடும்ப புகைப்படங்கள், போன், ஹேண்ட் பேக், லஞ்ச் பாக்ஸ் என்று முற்றிலும் நோட்டம் விட்டுக்கொண்டிருந்தான் ரகு. அவளுடைய பெப்பர் மின்ட் போன்ற வாசனை சென்ட் மட்டும் ரகுவால் ரசிக்க முடியவில்லை. "யுவர் புரோஃபைல் இஸ் இம்பிரசிவ். கவனம் வேலைல இருந்தா உங்களுக்கும் நல்லது வேலைக்கும் நல்லது. டாக்குமெண்ட்ஸை மெயில் அனுப்பி இருக்கேன். நாளைக்கு டிஸ்கஸ் பண்ணலாம்", என்றாள்.

மதிய சாப்பாட்டு வேளையில் ஓரிரு நண்பர்கள் கிடைக்க," நீ எந்த ஊரு?", என்று ஆரம்பித்து," கல்யாணம் ஆயிடுச்சா என்று பேச்சு போன போக்கில், காவ்யா மேடம் எப்படி, என்று கேட்க, கூட இருந்த இருவரும் ஒருவரை ஒருவர் பார்த்து சிரித்துக் கொண்டு," போகப்போக நீங்களே புரிஞ்சிப்பீங்க பாஸ்", என்று பதில் சொல்லும் சாக்கில் புதிர் போட்டனர்.

ஒவ்வொரு காலை 11 மணிக்கும் மாலை 5 மணிக்கும், மீட்டிங் நடந்துக் கொண்டிருந்தால் கூட விருட்டென்று கிளம்பி போய்விட்டு சுமார் ஒரு பதினைந்து நிமிடத்தில் காவ்யா திரும்புவதை ரகு கவனித்தான். ஒருநாள் பின் தொடர்ந்து போக வேண்டும் முடிந்தால் கூடவே கம்பெனி கொடுப்பது போல் போக வேண்டுமென்று அவனுக்குள் இருந்த சிஐடி சங்கர் ஆசைப்பட்டான்.

கூட இருப்பவர்களை கேட்டால்" போகப்போக..." என்ற அரைத்த மாவையே அரைப்பார்கள் என்ற சலிப்பு வேறு.

ரகு எதிர்பார்த்த சந்தர்ப்பம் அன்று அமைந்தது. காவ்யா கிளம்பிய ஐந்தாவது நிமிடத்தில் அவளிடத்தில் விட்டுச்சென்ற செல்போன் நான்கு முறை அடித்து விட்டது. “ஏதாவது அவசரமாக இருக்கும், அதான் உங்க போனை கொண்டு வந்தேன் என்று சொல்லி சமாளிக்கலாம் என்று நினைத்து லிப்ட் காரிடர் வந்தான். எப்போதாவது அவனைப் பார்த்து சிரிக்கும் உமா," என்ன காவ்யாவோட ஃபோனா?, கார்டன் ஏரியால

இருப்பாங்க", என்று மூக்கு உதறும் அளவு சிரிப்பை அடக்கிக்கொண்டு சொல்லிவிட்டு மறைந்தாள்.

அப்படி என்னதான் கார்டன் ஏரியாவில் பண்ணுவாங்க என்று சாதாரண நடை போட்ட ரகு, கண் விழிகள் இரண்டும் பிதுங்கி வெளியே வந்து, வாயை பொத்திக் கொள்ளும் அளவு அதிர்ச்சிக்கு ஆளானான். இரண்டு விரல்களுக்கு இடையில் ஒரு சிகரெட்டை லாவகமாக பிடித்து, வாயில் வைத்து இழுத்து, புகையை வெளியே காவ்யா ஊதிய போது, ரகுவின் ஐம்புலன்களும் ஒரு நிமிடம் ஷாக் அடித்ததுபோல் செயலற்று போனது.

ஃபோனைத் தராமல் அப்படியே திபுதிபுவென இருக்கையில் ஓடிவந்து உட்கார்ந்தான் ரகு. வானுயர எழுப்பப்பட்டக் கோட்டை ஒரு செங்கல் உருவப்பட்டதில் சடசடவென்று சரிந்தது போல காவ்யா மீது வைத்திருந்த மரியாதை மொத்தமும் அந்த ஒற்றை சிகரெட் புகையோடு காற்றோடு காற்றாய் போனதை ரகு உணர்ந்தான்.

ஃபோனில் பத்து மிஸ்டு கால்களைப் பார்த்து பதைபதைத்த காவ்யா, "இன்னும் இரண்டு மணி நேரத்திலே அங்க இருப்பேன்...கவலைப்படாதீங்க", என்று மறுபடியும் வந்த அழைப்பில் சொன்னாள்.

"ரகு, நான் செங்கல்பட்டு ஹாஸ்பெடல் அவசரமாக போக வேண்டியிருக்கு. ஒரு ஆக்ஸிடெண்ட் கேஸ்க்கு ஏ ஒன் பி இரத்தம் தேவைப்படுது. நான் ஆறு மணி மீட்டிங்கு வந்திடுவேன்", என்றாள்.

“பட்...காவ்யா நீங்க இப்ப ஸ்மோக் பண்ணிட்டு இருந்தீங்களே?? அப்புறம் எப்படி ப்ளட் டோனேட்...?”, என்று சற்றும் யோசிக்காமல் கேட்டு விட்டான்.

காவ்யா ரகுவை ஒரு விதமாக பார்த்துவிட்டு” ஒரு மணி நேரம் கழிச்சு பண்ணலாம். நான் ஒரு ரெகுலர் டோனர். வருஷத்துக்கு 20 தடவை பண்றேன். வரட்டா”, என்று அவள் கையை அசைத்தபோது, காவ்யாவின் அடையாளம் பனி விலகிய சூரியன் போல் மென்மையாய் சுரீரென்று பளிச்சிட்டது.

எல்லாம் அரசியலே

“மக்கள் தலைவன் வாழ்க”, “தமிழ்நாட்டின் விடிவெள்ளியே வருக. இந்தப் படை போதுமா, இன்னும் கொஞ்சம் வேணுமா” என்ற கோஷங்கள் கட்சி அலுவலகத்தின் வாசலில் கேட்பவர்கள் காதைக் கிழித்துக் கொண்டிருந்தது. அரசியல்வாதிகளுக்காகவே பெரும்பான்மையாக பயன்படுத்தப்படும் பறபற வெள்ளை அம்பாசிடர் காரில் கட்சி கொடி பறக்க கட்சி கூட்டத்திற்கு வந்து இறங்கினார் வேதரத்தினம்.

40 ஆண்டுகால அரசியல் வாழ்க்கை. முதல்வர் பதவி தவிர மற்ற பதவிகள் அனுபவித்தாகி விட்டது. ரொம்ப நேர்மையும் இல்லாத ஊழல் வாதியும் அல்லாத நடுநிலையாளர். இரண்டு முறை அடுத்தடுத்து வந்த நெஞ்சுவலி பின்னர் பைபாஸ் அறுவை சிகிச்சை காரணமாக போன தேர்தலில் சீட் கொடுக்கவில்லை. அந்த வருடத்தில் அவருக்கு பதில் நின்ற நல்லசாமி தேர்தலில் வெற்றி பெற்றதோடு மட்டுமல்லாமல் கட்சியில் நல்ல பெயரும் சம்பாதித்தார்.

எவ்வளவு வயது ஏறினாலும் உடம்பு தளர்ந்தாலும் பதவி வெறி வேதரத்தினத்திற்கு அணைந்த கங்குக்குள் உள்ள நெருப்பைப் போல அனத்திக் கொண்டே இருந்தது. மக்களுக்கு பணி செய்யும் போதே என் உயிர் போக வேண்டும் என்பதற்கான உள்ளர்த்தம் பதவியில் இருக்கும் போது உயிர் போக வேண்டும் அரசு மரியாதையுடன் அடக்கம் செய்யப்பட வேண்டும் என்பதே. இந்த தேர்தலில் எப்படியாவது சீட்டை வாங்க

வேண்டும் என்ற எண்ணத்தில் ஏகபோகமாக பல கோடிகள் கட்சிப் பணிக்காக செலவு செய்திருந்தார்.

தேர்தல் நேர்முக நேர்காணலைப் பற்றி அன்று கூட்டத்தில் முடிவு செய்திருந்தனர். வேதனைக்கு முடிவு தெரிய நேர்காணல் வரை காத்திருக்க முடியாது என்று கட்சித் தலைவரை அவரது அறையில் சந்தித்தார்." வா, வேதரத்தினம் உன்னைத் தான் எதிர்பார்த்தேன்", என்று தலைவர் சொன்னதும் மொபைல் கடைகள் விளம்பரத்திற்காக பளிச்சிடும் எல் இ டி விளக்குகள் மொத்தமாக மின்னியது போல் பிரகாசம்.

"கட்சிக்கு நீ பண்ண ஒவ்வொரு விழாவும் பிரமாதம். உன் ஏரியால மக்கள் குறைதீர்க்கும் விழா, பெண்களுக்கு குக்கர், பெருசுங்களுக்கு குடை, இளசுகளுக்கு கொரியன் செல்போன். கில்லாடி தனமா உங்க ஏரியா டாஸ்மாக்கை மூடி வேற வட்டத்தில் திறந்திட்ட. மின் விளக்கை சரி செய்ற மாதிரி கிரெய்ன்ல நின்னு போட்டோ வேற... எப்பப் பேப்பர பார்த்தாலும் உன்னபப்பத்தின செய்திதான் கண்ணுல படுது. மறுபடியும் ஃபார்முக்கு வந்துட்ட போல.", என்று தலைவர் அடுக்க வேதரத்தினம் வழிந்ததில் அந்த அறையே தள்ளாடிக் கொண்டிருந்தது.

"நம்ம நல்லசாமி அவன் ஊர் பக்கமா சீட்டு கேட்கிறான். உன் தொகுதி காலியாக தான் இருக்கு...", என்று சொன்னவுடன் எழுந்து நின்று கும்பிட்டுத் தலைவருக்குக் கைக் கொடுக்க வந்தார் வேதரத்தினம்.

"கொஞ்சம் பொறுங்க. உங்க கூடவே ஒரு பையன் இருக்கானே யாரு அவன்?", என்று கேட்டதும்..." யாருடா அது?", என்பது போல வேதரத்தினம் விழித்தார்.

போட்டோவை காட்டியதும், "இவனா... இவன் நம்ம பையன் தலைவரே. கட்சிக்காக தீக்குளித்தானே நடேசன். அவன் மகன் அருண். முழு பேரு அருண்மொழிவர்மன். நல்ல கெட்டிக்காரன். நாயா உழைப்பான். முக்கால்வாசி யோசனை அவன் சொன்னது தான். 100 பேருக்குக் குடை கொடுத்தா பதவி எல்லாம் தேடி வரும்ன்னு கேரளா வரைக்கும் போய் ஜோசியம் எல்லாம் கேட்டுட்டு வந்தான்.

"ஹ்ம்ம்... அப்படியா. இப்ப உடம்பெல்லாம் எப்படி இருக்கு", என்று கேட்டதற்கு" நான் சிலம்பம் பயிற்சி பண்றது யூடியூப்ல அவ்ளோ பிரபலம்", என்று சிரித்தார்." "அதுவும் அவன் ஐடியா தானா", என்று தலைவர் கேட்டவுடன், "அவனா தான் இருக்கும்", என்று அவரே முடிவு செய்து கொண்டார்.

"இதோ பாரு வேதரத்தினம், போன தடவை மாதிரி உடம்புக்கு ஏதாவது வந்து இடைத்தேர்தல் ஆகிட போகுது. நான் அருணுக்குச் ` சீட்டு தரலாம்னு முடிவு பண்ணியிருக்கேன்"

"தலைவரே செலவு செய்தது நான் சீட்டு அவனுக்கா?", விருட்டென்று நாற்காலியை விட்டு எழுந்தார் வேதரத்தினம். "அமைதியாக கேளு, வேதம்", என்று ஆசுவாசப் படுத்தினார்.

“அந்த பாலம் இடிஞ்ச விவகாரத்தில் சி.பி.ஐ உன் பெயரையும் சேர்த்து இருக்காங்களாம். உனக்கு நெஞ்சு வலின்னு ஆஸ்பத்திரில சேர்ந்து தப்பிச்சுக்கோ. நமக்கு நம்பகமான ஆள் ஒருத்தன் வேணும். புதுசா வந்தவங்களுக்கு வாய்ப்பு கொடுத்தோம்னு பெருமையாவும் சொல்லிக்கலாம். ரொம்ப பிடிக்கலைனா சொல்லு அவனை போட்டுத் தள்ளிட்டு இடைத்தேர்தல் கூட வைக்கலாம்”, என்று சொன்னவுடன் வேதரத்தினம் மனதில் வெற்றி பெற்ற பின்னர் பதவி இறங்கச் சொல்லி, பிரஸ், மீடியா என்று கிழிப்பது கண்முன் வர திட்டத்திற்கு ஒப்புக்கொண்டார்.

வேதரத்தினம் அறையை விட்டு கிளம்பிய பின்னர் தலைவருக்குப் போனில் அழைப்பு வந்தது. “வேதரத்தினத்தை குழப்பி அனுப்பிட்டேன். உங்க சாதிக்கார பையனான அருணுக்கு தான் சீட்டு. சரியா? நாளைக்கு உன்னைப் பார்க்க வரேன்”, என்று அவரது சின்ன வீட்டுக்குத் தகவல் சொல்லி நல்ல பெயர் வாங்கிக் கொண்டார்.

எல்லாம் அரசியலே!! சரிதானுங்களே!!

நீயா

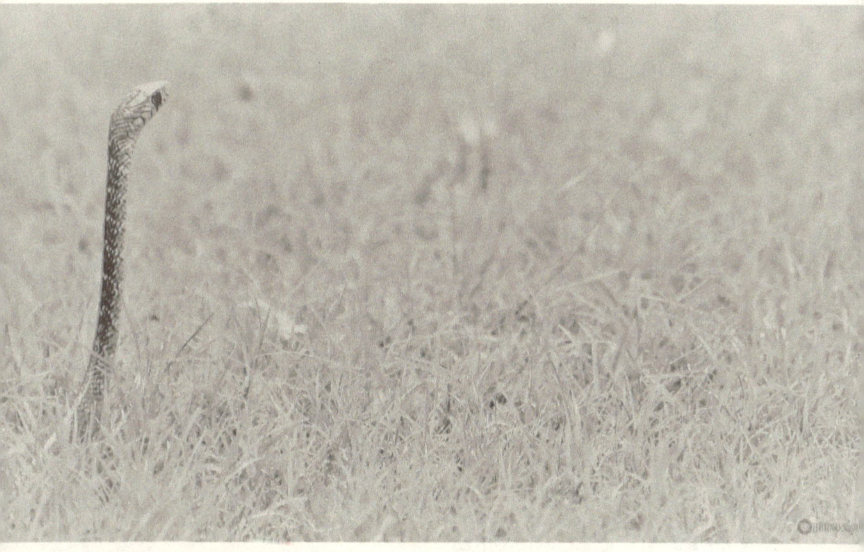

[இந்த கதையில் வரும் வசனங்கள் சிலவற்றில் மலாய் தமிழ் மக்களின் வட்டார வழக்கு பயன்படுத்தப்பட்டுள்ளது.]

“பிண்டான் செராங் மச்சி, வேலைக்கு கிளம்பலாமா” என்று போர்வைக்குள் பதுங்கியிருந்த தீரனை இழுத்தான் நாதஸ். “இன்னிக்கு எனக்கு உடம்பு சரியில்லைன்னு சொல்லிடுடா, வேலைக்கு வர இஷ்டமில்லை”, என்று மீண்டும் போர்வைக்குள் மண்ணுளி பாம்பாய் மறைந்தான்.

“நாட்டில எத்தினி பேருக்குடா வேலைக்குப் போவ பிடிக்குது. இந்த வயித்துக்காக தானே போறோம்”, என்று தீரனை உற்சாகப்படுத்தும் முயற்சியில் ஈடுபட்டான் நாதஸ். “வயித்த கழுவ எங்க ஆயா பென்ஷன் போதும்டா, எனக்கு இந்த வேலை வேண்டாம். அதே இடம், அதே துணி, அதே அழுக்கு, அதே நாத்தம்”, முடியல டா என்னால என்று கைகளை கூப்பினான் தீரன்.

“உனக்கு வேற என்னடா வேலை தெரியும். கொஞ்சம் கொஞ்சமா கூடக்குள்ள இருக்கிற கோழி மாதிரியே ஆயின்னு வர்ர, சரி சொல்லு உனக்கு என்னதான் வேணும், சொல்லு ரஸ்தாலி மாம்மே”, என்று நண்பனை அள்ளினான் நாதஸ். நான் சொன்னா பலிக்கும். எனக்கு கரி நாக்கு. “கெட்டது தான் நடக்கும் நீ சொன்னா நல்லது கூடவா நடக்கும்”, என்று மெல்லப் போர்வையில் இருந்து தீரன் எட்டிப்பார்த்தான்.

“எது நடக்குது, ஓடுது, பறக்குது என்று பார்ப்போம். எனக்கு முக்கா இல்லையா?”, தன் மலாய் தமிழில் நண்பனை அவன் வார்த்தையின் வலிமையை சோதிக்க தீரனை இழுத்துக் கொண்டிருந்தான்.

“எனக்கு எப்போ தோணுதோ அப்ப எழுந்துக்கணும். எழுந்துக்கோ, எழுந்துக்கோன்னு யாரும் எரிச்சல் பண்ணக்கூடாது. மச்சி நீ கூட எழுப்பக்கூடாது... சரியா... பகல் ராத்திரி வெயில் மழை குளிர் என்று எதுவுமே தெரியக்கூடாது. அந்த மாதிரி ஒரு பெரிய மனை, கை தட்டினா வரிசையில் நிற்க வேலைக்காரங்க வகைவகையா சாப்பாடு, வாசனையான குளியல், வித விதமா சோப்பு,...” என்று நீண்டு கொண்டிருந்த தீரனின் பட்டியலை வழிமறித்தான் நாதஸ். “அப்புறமா ரோஸி, லுசி, டெய்சி...”.

சேச்சே எனக்கு எப்பவுமே “சட்டு ஹட்டி கவண்”, என்று அவனுடைய இதயத்தில் ஒருத்திக்கு மட்டும் இடம் என்றும் மலாயில் மனதை கொட்டினான். “உஸ்...”, என்றான் நாதஸ். “சரி இதெல்லாம் உனக்கு கிடைக்கட்டும் ஆனா என்ன வேலை பார்த்தா இதெல்லாம் கிடைக்கும் உனக்கு”, என்று தாடையைச் சொறிந்தான் நாதஸ். “அது எனக்கு தெரியல. கொஞ்சம் வேலை நிறைய நிறைய காசு வரணும்”, என்று தீரன் சொன்னதற்கு, “அப்போ நீ உன் தாத்தா மலாய்ல இருந்து தப்பிச்சு வந்த கப்பல் இன்னும் கூட கரையோரமா தான் இருக்காம். உன் தாத்தா ஆவி கூட சுத்தறதா கேள்விப்பட்டேன். நீ ரோக்கு வித்து,

ஜகத் ஆயிடு அது தான் ஒரே வழி", என்று சத்தம் போட்டு நாதஸ் சிரித்தான்.

"என்னை பார்த்தா போதைமருந்து விக்கிறவன் மாதிரி தெரியுதா உனக்கு", என்று பல்டி அடித்து நாதசை மடக்கினான் தீரன்.

"சரிடா சரிடா உடும்புப்பிடி பிடிக்காதே, நீ நினைத்ததெல்லாம் நடக்கட்டும், ஆனா இன்னைக்கு வேலைக்கு போயிட்டு வந்திடலாம்.", என்று ஆரம்பித்த இடத்திற்கே வந்தான் நாதஸ். "உன்னோட வேலை செய்றதால தான் நானே அந்த வேலைக்கு போயிட்டு இருக்கேன். நீ சொல்ற மாதிரி எல்லாம் எனக்கும் இருக்கணும்னு ஆசை தான். ஆனா நம்ம பொழப்பு அப்படி இல்லையே", என்று தீரனின் தோள் மீது கையைப் போட்டான்.

"உனக்காக இப்ப வரேன், ஆனால் சீக்கிரமா ரெண்டு பேரும் வேலை மாறிவிடுவோம். இல்ல... இன்னைக்கு போறோம், இனிமேல் வேலைக்கு வர மாட்டோம் என்று சொல்றோம். இன்னொரு வேலை தேடுறோம். அதுதான் மஸ்து.", என்றான் நாதஸ்.

கடைசியாக நாதஸ் சொன்ன, "வேலைய விட்டுட்டு இன்னொரு வேலையை தேடுவோம்", என்பது தீரனின் காதுகளில் ரீங்காரம் ஆக ஒலித்தது. இதுவரையிலான பேச்சு தராத உற்சாகத்தை நாதஸ் கடைசியில் சொன்ன வார்த்தை, ஏதோ மந்திர சக்தியை தந்தது. மகுடி வாசித்த பாம்பைப் போல நாதசை பின் தொடர்ந்தான்

தீரன். பாட்டி அவன் சாப்பிடாமல் கிளம்பியதை ஒரு விதமான பாரத்துடன் ஜன்னலின் ஓரமாக நின்று பார்த்து கொண்டிருந்தாள்.

நகரத்தின் பிரதான பகுதியில் இவற்றிற்கு என்ன வேலை என்று யாரும் உணராதது போல, அங்கு இருந்தது ஊர்வன பூங்கா. அங்கே தீரனும், நாதசும், பாம்பு மற்றும் முதலைகளின் கூண்டுகளின் துப்புரவு பணியாளர்கள். "இனிமேல் வேலைக்கு வர மாட்டோம்", என்று சொன்னவர்களை, மேலதிகாரி "நீங்க ரெண்டு பாம்பு குட்டிய திருடிட்டிங்க னு கேஸ் போடறேன் இருங்க", என்று மிரட்டி அனுப்பியது தான் மிச்சம். மீண்டும் அதே நாற்றம், அதே வேலையை செய்து முடித்து சோர்வுடன் வீடு திரும்பினார்கள். வீட்டுக்குள்ளே பர்மா தேக்கில் இருந்த அவன் தாத்தா காலத்து நாற்காலி மீது தீரன் உட்கார்ந்தான். நாதஸ்", அவன் ஒன்னும் வீண் பழி சொல்லலையே, நாம நிஜமா பாம்பு திருடினோம் தானே", என்று கழுத்தில் கோப்ராவுடன் வந்தான்.

சமயலறையில் காலடி சத்தம் கேட்டவுடன், படையே பார்த்தால் நடுங்கும் பாம்புகள் தலை தெறிக்க ஊர்ந்து வந்தன. பயத்தை கக்கிய பாம்புகளின் கண்களைப் பார்த்த தீரன், இப்ப என்ன என்பது போல் சமையலறையைப் பார்த்தான். கழுத்தில் கைக்குட்டை, சைடு பூ சகிதமாக பாவாடை தாவணியுடன் அந்த பதுமை வந்தவுடன், "இப்போ ஆராய்ச்சி முடிஞ்சுருச்சா, இப்போவாவது ரகசியத்தை சொல்வியா இல்லை,

எங்களை பூச்சு போடு ஏமாத்துறியா என்று நக்கலாய் தீரன் கேட்டான். ரகசியம் என்ன இனிமேல், காய்ச்சியே கொண்டு வந்துட்டேன், கிட்ட பாருங்க பேராண்டிகளை இந்த மருந்தை வித்து, வேண்டியதை சாதிச்சிக்கோங்க", என்று கோப்பைகளை நீட்டினாள் பியூட்டி பாட்டி.

விதி

“வெய்யது ஓர் தழல் உமிழ் சக்கரக்கை வேங்கடவர்க்கு என்னை விதிக்கிற்றியே”, என்று பாட்டி நாச்சியார் திருமொழியை முணுமுணுத்துக் கொண்டிருந்தாள். “பாட்டி, இன்னைக்கு ஒரு நாள் வேற காபி பொடி போட்டுக்கோயேன். நாளைக்கு வாங்கிட்டு வந்துடுறேன்”, என்று பாட்டியைக் கெஞ்சினான் ராம்.

“முடியவே முடியாது டா, வேறு எதைச் சாப்பிட்டாலும் எனக்கு மண்ணு மாதிரி தான் இருக்கு. தாத்தா காலத்திலிருந்து அதே கடை அதே பொடி தான். நான் இருக்கிற காலம் வரைக்கும் அந்தக் கடை இருக்கும். நான் ஒரு நாளைக்கு ஆசையா ஆத்மார்த்தமா சாப்பிடுவது அந்தக் காபி தாண்டா. பாட்டி காசு கேட்கல, பணம் கேட்கல, காபி பொடி தாண்டா கேட்கிறேன்”, என்றாள் பாட்டி. சிறுவயதிலிருந்து ஒவ்வொன்றும் பார்த்துப் பார்த்து செய்தவள் பாட்டி. “முடியாது” என்று பாட்டியிடம் மட்டும் சொல்லவே மாட்டான்.

ராமின் மனைவி பாமாவிற்குப் பாட்டி பேரனின் பாசச் சண்டை பழகிவிட்டது. “இப்ப இந்தக் காப்பி இல்லனா என்னவாம்”, என்று கேட்க ஆரம்பித்த அவள், “பாவம் பாட்டிக்கு வாங்கி குடுத்துடுங்க”, என்று பரிந்துரைக்க ஆரம்பித்திருந்தாள். ஒவ்வொரு காலையும் காப்பியின் வாசம் அவர்களின் காலையை அழகாக அலங்கரித்து இருந்தது.

காலை 11 மணி, ஞாயிற்றுக்கிழமை வேறு, பொதுவாக கடை மதியம் வரை தான் திறந்து

இருக்கும். ஆனால், கூட்டம் இல்லை என்றால் கடையை அடைத்து விட்டு கிளம்பிவிடுவார்கள். ஒருமுறை காப்பி பொடி தீர்ந்ததை மறந்து, இன்னொரு காப்பிப் பொடியை கலந்து கொடுத்து பாட்டி அதை அருகே எடுத்துச் செல்லும் போதே கண்டுபிடித்து விட்டாள். அன்று வீட்டில் சிறிய குருக்ஷேத்திர களமே நடந்து முடிந்தது. வெளியூர் போனால் கூட அந்த காபி பொடி இல்லாமல் போனதில்லை. கண் மங்கலாகி பல்லெல்லாம் விழுந்து, நடை முற்றிலும் தளர்ந்த போதிலும் நாக்கு மட்டும் பேசுவதிலும் சுவை காண்பதிலும் இளசுகளை விஞ்சிவிடும் திறனில் இருந்தது.

எல்லாம் சரியான நேரத்தில் நடக்க வேண்டும். பாட்டியுடன் அப்பா மிலிட்டரியில் இருந்ததால் வீட்டில் எல்லோரும் கன்-டைம் என்று சொல்லக்கூடிய துல்லியத்தில் வளர்ந்து வாழ்ந்திருந்தார்கள். வழிவழியாக சொத்து வந்ததோ இல்லையோ நேரம் தவறாமையை வாழையடி வாழையாக கடைபிடித்து வந்தனர். பாட்டியினுடைய காப்பி நேரம் இன்று ஒரு மணி நேரம் தள்ளிப்போனது அவளால் பொறுக்க முடியாத ஒன்று. வேலை பளுவின் காரணமாக உடலும் மனமும் வசதியை ஆட்கொண்டு ஞாயிற்றுக்கிழமைகளுக்காக ஆறு நாட்கள் காத்திருந்து ஓய்வு எடுக்கலாம் என்றால் பாட்டியின் காப்பி பொடி, ஓய்வின் அஸ்திவாரத்தை அசுரத்தனமாக அசைத்துக் கொண்டிருந்தது.

பாட்டிக்காக ஓய்வைத் தியாகம் செய்ய முடிவு செய்தான் ராம். டூவீலர் இல்லை என்று முடிவு செய்ய ஐந்து நிமிடம் எடுத்துக் கொண்டான். கடை மூடி விடும் என்ற நினைப்பு வந்ததன் பிறகு சிறிது துரிதமாக கிளம்பினான். “மழை பெஞ்சா காப்பித்தூள் நனைந்துவிடும் டா, கார் எடுத்துக்கோ”, என்று பாட்டி சொன்னாள். “உச்சி வெயில் மண்டையைப் பிளக்குது மழை வராது பாட்டி”, என்று கத்தினான். “சரி அப்போ அந்த ஹெல்மெட்டையாவது எடுத்துட்டு போடா”, என்று சொன்னதற்கு “முடி எல்லாம் கொட்டுது பாட்டி”. “முடி கொட்டுனா பாமா பிடிக்காதுன்னா சொல்லப்போறா” என்று கடித்தாள்.

ஒருவழியாக ஷட்டர் போடுவதற்கு முன் கடையை அடைந்து காப்பி தூளை கையில் வாங்கியவன் வெற்றி வாகை சூடியது போல உணர்ந்தான். கடைக்காரர், “தம்பி, ரொம்ப வியாபாரம் இல்லை. இன்னும் ரெண்டு மாசத்துல கடையை மூடி விடுவோம்”, என்று சொல்ல ராமின் மண்டை மீது யாரோ குண்டு போட்டது போல் இருந்தது. இதை பாட்டியிடம் எப்படி சொல்வது என்ற நினைப்பிலேயே வண்டி ஓட்டினான். குறுக்கே ஒரு கார் வந்தது கூட உணராமல் நேராக சென்று இடித்து ஒரு வேகத்தில் தூக்கி எறியப்பட்டான். ஹெல்மெட் அவனை காப்பாற்றி இருந்தது. மருத்துவமனைக்கு ஓடி வந்த பாமாவிற்கும் பாட்டிக்கும் ராமை பார்த்தவுடன் தான் உயிரே வந்தது.

"எனக்கு பாழாய்ப் போன அந்த காபி பொடியை வாங்க போய் தானே இப்படி ஆச்சு, எனக்கு அந்த காப்பியே வேணாம்டா கண்ணு", என்று கட்டி அழுதாள் பாட்டி. நிம்மதி பெருமூச்சில் ஒற்றை துளி கண்ணீர் வழிய கடவுளுக்கு நன்றி சொன்னான் ராம்.

நீ வருவாய் என

ஷேர் கேப் - ஒரு வியாபார உத்தி. அதை உருவாக்கிய நோக்கத்தை கடந்து சில சமயங்களில் செயல்பட்டுக் கொண்டிருந்தது. ராதாவும் சுமாவும் கிட்டதட்ட ஒரே வழித்தடம் என்பதால் இரண்டு மாதத்தில் குடும்ப விஷயம் பேசும் அளவிற்கு நட்பு வளர்ந்திருந்தது. எஃப் - எம் - மில் காதல் டூயட் வந்தாலே ராதா குஷியாவாள்.

"நீங்க லவ் மேரேஜா?" என்று தோணித் துலங்கிக் கேட்டாள் சுமா. "ஆமாம், எப்படி கண்டுபிடிச்சீங்க", என்று கண்களை விரித்தாள் ராதா. "லவ் பண்ணாதான் இந்த பாட்டையெல்லாம் இவ்ளோ ரசிக்க முடியும்", என்றால் சுமா. "நான் பாட்டை விட உங்களை ரொம்ப ரசிக்க ஆரம்பிச்சிட்டேன்", என்று கெக்கெலித்தாள். "இஸ் இட்?, எனக்கு இப்படி ஒரு ஃபேனா? ரொம்ப சந்தோஷமாயிருக்கு. உங்களால நான் சாட்டர்டே, சண்டே எல்லாம் ஆபீஸ் வர போறேன்! ஐ டு லவ் யூர் கம்பெனி சுமா, என்றாள் ராதா.

அடுத்த நாள் வெள்ளிக்கிழமை. அந்த நாளுக்கே உரிய உற்சாகத்துடன் கேபில் ஏறினாள் சுமா. உள்ளே ஒரு வேண்டா விருந்தாளி.

"எக்ஸ்க்யூஸ் மீ, சார் கொஞ்சம் ப்ரண்ட் சீட்டில் உட்கார்ரீங்களா?", என்றாள். கடன் கேட்டதை போல் அலுத்துக் கொண்டு, "கண்டிப்பா போகணுமா", என்றான் சுமாவிற்கு கிறுக்குப்பயலாகத் தெரிந்த அவன். "என் ப்ரெண்ட் வருவாங்க", என்றாள். அரை மனதாக

மனதுக்குள் முணுமுணுத்துக் கொண்டு முன் சீட்டில் உட்கார்ந்தான்.

ராதா ஏற வேண்டிய இடம் வந்தது. டிரைவர் கால் செய்தால், அழைப்பு நீண்டதாக போய்க்கொண்டிருந்தது. "நான் எட்டிப்பார்த்திட்டு வரேன் அண்ணா", என்று டிரைவரிடம் சொன்னாள். "அவங்க வரலேன்னா நீங்க பின்னாடி உட்கார்ந்துக்கலாம் சார்" என்று ஆறுதல் பரிசு கொடுப்பது போல் முன்சீட் கிறுக்கிடம் சொன்னாள்.

வீட்டின் ஜன்னலருகே ராதா நிற்பது போல் தெரிந்தது. வேகமாக கிட்டே போனவுடன், ராதாவை பின்னாலிருந்து அதே வேகத்துடன் யாரோ இழுப்பது தெரிந்தது. வீட்டின் சுவற்றில் மாட்டிய திருமண படத்திலிருந்த அதே முகம்.

"ஆன்-சைட் ஆ..பர் இல்லாம வீட்டுக்கு வராதே, வந்தா நடக்கிறதே வேற", என்று மிருகத்தனமாக நடந்துக் கொண்டிருந்த ராதாவின் கணவனைப் பார்த்த அதிர்ச்சியில் விருட்டென ஓடி வந்து "அவங்க வரலைனு நினைக்கிறேன். நாம் போகலாம்", என்றாள்.

சனி, ஞாயிறு இரண்டு நாட்களும் சுமாவின் மண்டைக்குள் இந்த விஷயம் வண்டாய் துளைத்துக் கொண்டிருந்தது. அவள் கணவனுக்கு அவளிடம் இருந்த அக்கறையை விட பெரிய நடிகர் அரசியலில் குதிப்பாரா மாட்டாரா என்ற ஆர்வம் அதிகமாக இருந்தது. சினிமா பார்த்தால் கூட பரவாயில்லை, இந்தச் செய்தி சேனல்களிலேயே மூழ்கிய ஜீவன்களை என்ன பொரியல் செய்வது என்று குழம்பினாள் சுமா.

வாட்ஸாப்பில் விசாரித்தால் நல்லா இருக்காது என்று திங்கட்கிழமை காலைக்காக காத்திருந்தாள்.

கேப் வந்தது. வழியில் ராதாவும் ஏறினாள். சுமாவிற்கு கேட்க நெருடலாக இருந்தது ஆனால் கேட்காமல் இருக்கவும் முடியவில்லை. “நான் வெள்ளிக்கிழமை...” என்று ஆரம்பித்தாள். “எனக்கு உங்களைப் பார்க்கணும் போலிருந்தது சுமா, அதான் இன்னைக்கு வந்தேன்.” நீங்க எதுவும் கேக்காதீங்க; ரேடியோவின் அழகே நாம் எதிர்பாராத சமயத்தில் ஒரு டைமிங்கான பாட்டை எடுத்து விடுவது தான், என்பது போல ராதாவின் விருப்பமான பாடல் ஒலித்தது. “வால்யூம் வைக்க சொல்லவா”, என்ஜாய் பண்ணு ராதா. எல்லாம் உன் மனசு போல நடக்கும். டோன்ட் ஒர்ரி', என்று சொல்ல ஆபீஸ் வந்தது.

அன்றைய மாலை கொஞ்சம் கலகலப்பாகவே இருந்தாள் சுமா. ராதாவின் சிரித்த முகத்தை பார்த்ததில் ஒரு சந்தோசம். அந்த பொண்ணுகிட்ட ஏதோ இருக்கு, நமக்கு ஏன் அவளை அவ்வளவு பிடிக்கணும், என்று தனக்குத் தானே சிரித்துக்கொண்டாள்.

“சுமா, டின்னர் ரெடியா? தனியா கிச்சேன்ல நின்று ஏதுக்கடி சிரிக்கிற”, என்றான் சுமாவின் அன்பு கணவன்.

இங்க பாரு டீ.வி ல ஓரு நியூஸை, ஒருத்தன் பொண்டாட்டிய அடிச்சே கொன்னுட்டு பட்டப்பகல்ல வெட்டியான் கிட்ட போய் டெத் செர்டிபிகேட் காட்டி பணம் கொடுத்து எரிச்சுட்டான். ஸ்டுபிட் ஐடியா. நான் அவனுக்கு நல்ல ஐடியா கொடுத்திருப்பேன்”.

"இவ்ளோ பேசுற வாய்க்கு இன்னிக்கு உப்மா தான்", என்று தட்டைத் திணித்தாள்.

அடுத்த நாள் சுமா கேபில் ஏறும் போது, டிரைவர் "மேடம், ப்ளீஸ் ட்ரிப்பை கேன்சல் பண்றேன், வண்டில ஒரு சின்ன பிரச்சனை என்றான். சுமாவிற்கு ஒன்றும் புரியாமல் ரன்னிங் ஆட்டோ கிடைக்குமா என்று தேடினாள்.

கஸ்டமர் கேரில் கால் செய்த பொது, டிரைவர் சொன்னார், "சார், நேத்தே அந்த அம்மா தனியா பேசிட்டு வந்தாங்க, பார்க்கவே பயமா இருந்துச்சு. எனக்கு போனஸ் கூட வேண்டாம்." என்று கட் செய்தார்.

சுமா நின்றிருந்த கடையின் வாசலில் தொங்கியது ஜூ.வி. அட்டையில் ராதா. "ஆன் சைட் இல்லை, உயிரும் இல்லை", என்ற தலையங்கம். சுமா அங்கேயே மயங்கி விழுந்தாள். அவள் முகத்தில் தண்ணீரைத் தெளித்து கூட்டம் எழுப்பிக் கொண்டிருந்தது. கூட்டத்தின் ஓரத்தில் ராதா சிரித்துக் கொண்டிருந்தாள்.

ஒளியிலே தெரிவது...

ஒளியிலே தெரிவது...

சிங்கார சென்னை. வெயிலோ மழையோ அந்த மாலை நான்கு மணி எப்படி இருந்தாலும் அதில் ஒரு ரம்மியம். பரபரப்பு சூடு பிடிக்கும் முன் இயற்கையாகவே இந்த நகரம் தன்னை தளர்த்திக் கொண்டு அதே சமயம் தயார் படுத்திக் கொண்டிருக்கும் நேரம்.

“நீ என்னுடன் இருக்கும் போது ஓரிடத்தில் இருக்கிறாய், இல்லாத போது எவ்விடமும் நீயே இருக்கிறாய் யாதுமாகி நின்றாயே!”, என்று காதல் வரிகள் புனைந்துக் கொண்டு சிட்டென பறந்துக் கொண்டிருந்தான் நமது கதை நாயகன் சிவா. இந்த வரிகளுக்கு கீதாவிடம் ஒரு முத்தமாவது கிடைக்காதா என்று நப்பாசை. எல்லோர் ஆசையிலும் மண் விழ ரொம்ப சிரம பட வேண்டியதில்லை. ஒரு தொலைபேசி அழைப்பு போதும். அப்படி தான் ஆனது சிவாவிற்கும்.

ஹலோ என்ற உபசரணைக் கூட இல்லாமல் எங்கே இருக்கிறாய் என்று கேட்கும் உரிமை மனைவிக்கும் பாஸ்க்கும் மட்டும் உண்டு. சிவாவை அப்படி அழைத்தது டாக்டர். வாசு.

“சார்! நான் உங்களை பார்க்க தான் வந்துட்டே இருக்கேன்”, என்று பல காலமாக சொல்லி புளித்துப் போன பொய்யைச் சொன்னான் சிவா.

“ஐ வுட் லைக் டு மீட் யு இன் நெக்ஸ்ட் டுவெண்ட்டி மினிட்ஸ்”, என்று இணைப்பை துண்டித்தார் டாக்டர். வாசு காதல் முத்தங்கள் காற்றோடு மறைய காலிங்

பெல்லை அழுத்தினான் சிவா. எப்போதும் இல்லாத ஒரு தனி உற்சாகத்துடன் இருந்தார் டாக்டர்.

வீட்டுக்கு வந்தவர்களை "எப்படி இருக்கீங்க? தண்ணி சாப்பிடறீங்களா?" என்று கேட்பது மலையேறி, கேட்டை சாத்திட்டு வந்தீங்களா? என்பது விருந்தோம்பலாகவே ஆகிவிட்டது. மாமி அதை தொடர்ந்து, "காபி சாப்பிட்றியாடா அம்பி?" என்று கேட்ட போது வெளியில் மழையோ என்று எட்டிப் பார்த்தான் சிவா. டாக்டர் ரூமுக்குள் நுழைந்ததில் அப்படி ஒரு நிசப்தம்.

டாக்டர் தனது கையை நீட்டி, "அதை" வெளியில் எடுத்தப் போது சிவாவிற்கு இதயம் ஒரு கணம் நின்று விட்டது.

****

"சார்!...", என்று விழிப்பிதுங்கி நின்றான் சிவா. "காபி எடுத்துக்கோ மை பாய்", என்று டாக்டர் கையை நீட்டிய பொது சிவாவிற்கு நடுக்கம் குறையவில்லை. மாஜிக் பார்க்கும் ஒரு சில குழந்தைகளுக்கு உற்சாகம் மீறி சந்தேகங்கள் மட்டும் மேலெழும்பும். அதன் சிறு மூளையில் ஓராயிரம் கேள்விகள் நொடி பொழுதில் விளையும். விடைத்தேடும் ஆர்வம் உலகின் எந்த மூலையும் விட்டு வைக்காது. இத்தனை உணர்ச்சிகளுக்கும் ஒரே தூண்டல் தான் - அந்த மாஜிக் பொழுது. அப்படி ஒரு பொழுதை தான் சிவா உணர்ந்துக் கொண்டிருந்தான்.

டாக்டர். வாசு ஒளி பிழம்பு சுழல்வது போலிருந்த ஒரு கணினி திரையிலிருந்து அந்த காபி கப்பை எடுத்திருந்தார். மனதில் ஓரிரு கேள்விகள் இருந்தால், வாய் என்ற வில் திறந்து கணைகள் பாயும். ஆனால், ஓராயிரம் கேள்விகள் இருந்தால் மௌனம் மட்டுமே மிஞ்சும். எத்தகைய தருணமாக இருந்தாலும் எஜமானரை மகிழ்விக்க வேண்டும் என்பது எழுதப்படாத விதி. அறிவியலுக்கு கூட அப்பாற்பட்ட விதி.

“இது ஒரு க்வாண்டம் புரட்சி சார்!...”, என்று ஆரோகணம் பாடினான். மனதிற்குள் ஆனாலும் மப்பு. 5 டி பிரிண்டராக இருக்குமோ?! அப்போ கப் மட்டும் தானே வரும், காபியுமா வரும்?” என்று கணினித் திரையை மீண்டும் எட்டி பார்த்தான். தொடர்வண்டி கிளம்பிய பிறகு இருக்கும் நடைமேடை போல வெறிச்சோடி இருந்தது.

“யு ஆர் எ டௌடிங் தாமஸ் Siva...தட் ஐஸ் வை ஐ லைக் யூ, இன்னும் ரெண்டு மூணு எக்ஸ்பிரிமெண்ட்ஸ் தான், வீ கேன் டெமோ டு சி.எஸ்.ஐ.ஆர்”, என்றார் டாக்டர் வாசு. பய நிவர்த்தி ஆகி மெல்ல உற்சாகம் உத்வேகம் கொண்டது சிவாவிடம்.

“ஐ ஆம் சூப்பர் எக்சைட்டட் சார்!”...என்று சிவா சொல்லி முடிப்பதற்குள் டாக்டர் வாசு, “இது வெற்றி பெற நம் உயிரையும் பணயம் வைக்க வேண்டி வரும்”, என்றார்.

மீண்டும் சிவாவிற்கு மிரட்சி.

சமையல் அறையில் மாமி காபி கப்பை இன்னமும் தேடிக் கொண்டிருந்தாள்.

****

பரபரப்பான பொழுதுகள் நிறைந்த நாட்களின் இரவுகளில் கண்கள் தூக்கத்தை தழுவுவதே இல்லை. உடம்பு மட்டும் அடித்து போட்டது போலிருக்கும் ஆனால் இமி அளவும் தூக்கம் வராது. அப்படி தான் இருந்தது சிவாவிற்கு. இயற்கை விதிகள் மட்டுமில்லாமல் இயற்பியல் விதிகளைக் கூட உடைத்து எறிந்து விடும் தத்துவங்கள் நிறைந்தது க்வாண்டம் இயற்பியல். நான்கு சுவர்களுக்குள் அதை சாத்தியப்படுத்தி, இயக்கி காண்பிப்பது ஒரு அரிய சாதனை. சிவாவின் பத்து ஆண்டுகள் உழைப்பு. டாக்டர் வாசுவிற்கோ கிட்டதட்ட முப்பது ஆண்டுகள். அத்தனையும் தாண்டி இந்த கண்டுபிடிப்பைக் கொண்டாடும் தருணத்தை நினைத்தால் இனிமேல் தூக்கமே இல்லை என்று சிவாவின் மனம் களியாட்டம் போட்டுக் கொண்டிருந்தது.

ரொம்ப சந்தோஷத்தில் மனம் துள்ளினால், ஏதாவது தவறாக நடந்து விடுமோ என்ற எண்ணம் விஞ்ஞானிகளைக் கூட விட்டுவைப்பதில்லை. சிவா கன்னத்தில் போட்டுக் கொண்டான். டெலிபோர்ட்டைக் கொண்டு,கணினி திரையின் அளவை பொறுத்து பொருட்களை பெயர்வு செய்யலாம். திரையில் தெரியும் பொருட்களை, கையை நீட்டி எடுக்கலாம். மளிகை கடை, துணிக்கடை மற்றும் பல நிகழ்நிலை

வணிகங்கள் டெலிபோர்ட்டில் நடக்கும். அசாத்திய சக்தி கொண்ட, பல போர்களை வென்று கொடுத்த யானைகளை அலங்கார பொருட்களாக்கி பிச்சை எடுக்க வைத்த மக்கள், டெலிபோர்ட் ஐ என்ன செய்வார்கள். காதலர்கள் பூக்கள் தூவி கொள்வார்கள். அம்மாக்கள் மகள்களுக்கு பொடி சாமான்கள் அனுப்புவார்கள். தீயவர்கள் கையில் எந்த அறிவியில் கண்டுபிடிப்பு சிக்கினாலும் அதில் இருள் மட்டுமே மிஞ்சும். அதைப்பற்றி மேலும் யோசிக்க மனம் இடம் கொடுக்கவில்லை. மனம் எத்தனை அலைபாய்ந்தாலும் அதன் சந்நிதி காதல் தான். கீதாவிடம் நினைவு சென்றது. க்வாண்டம் கோட்பாட்டிலிருந்து காதல் கட்டுப்பாட்டுக்குள் கனவு நுழைந்தது.

பிரம்ம முகூர்த்தத்தில் கனவை கலைத்தது தொ(ல்) லைபேசி. டாக்டர் வாசு மறுமுனையில், “ஹலோ சிவா, மார்னிங் செவென் பிளைட்டில் நாம ரெண்டு பேரும் டெல்லி போறோம். இன்னும் ஒன் அவர் ல வீட்டுக்கு வந்துடு, சேர்ந்தே ஏர்போர்ட் போகலாம்”, என்றார். தொடர்ந்து, “யார் கிட்டேயும் சொல்ல வேண்டாம், கீப் இட் எ சீக்ரெட்”, என்றார்.

சிவாவுக்கு நடப்பது கனவா நனவா என்று கூட தெரியவில்லை. கீதாவிடம் சொல்லலாமா வேண்டாமா என்ற குழப்பம் வேறு. தன்னை டாக்டர் எழுப்பி குழப்பியது போல நாம் யாரையும் செய்ய வேண்டாம் என்ற நல்லெண்ணம் அவனுக்கு வந்தது.

அடுத்த முக்கால் மணி நேரத்தில், டாக்டர் வீட்டை அடைந்தப் பொழுது, சிவாவிற்கு ஒன்றும் புரியவில்லை. ஸ்டாண்டு கூட முழுதாக போடா முடியாமல், "சரேர்...", என்று விழுந்தது பைக்.

டாக்டரையும் அவரது மனைவியையும் அவசரமாக ஆம்புலன்ஸில் ஏற்றி கொண்டிருந்தார்கள்.

****

கலங்கிய கண்களுடன் ஆம்புலன்ஸ் அருகே சிவா சென்றான். வாக்கிங் வந்தவர்கள் மயங்கி இருந்த இருவரையும் அவசர மருத்துவ உதவியை அழைத்திருத்ததாக தகவல் சொன்னாரகள். ஆம்புலன்ஸ் கிளம்பியது. அதனை பின்தொடர விழுந்திருந்த பைக்கை எடுத்தான். ஸ்டார்ட் ஆகவில்லை. கண் இமைக்கும் நேரத்தில் தெருமுனையை ஆம்புலன்ஸ் தாண்டியது. எந்த மருத்துவமனை என்று கூட கேட்காமல் விட்டதை எண்ணி தலையில் அடித்துக் கொண்டான்.

வீடு திறந்திருந்தது. மாமி சொல்லாவிட்டாலும் கேட்டை சாத்தி விட்டே வீட்டுக்குள் நுழைந்தான். பிள்ளைகள் இல்லாத தம்பதி மருத்துவமனையில் அனுமதிக்க பட்டிருப்பார்கள். சொந்த மகனாக இருந்தால் தாவிக்கொண்டு ஆம்புலன்ஸ் ஏறி இருப்பான். தன்னை தடுத்தது எது என்று பதில் தேடிக் கொண்டிருந்தான் சிவா.

மெல்லியதாக அவன் மீது ஒரு நொடி சில்லென்று காற்று வீசியது. உருவம் இல்லாத எதுவோ வருடி கொடுப்பது போலிருந்தது. சமயம் கடத்தாமல் டாக்டரின் அறைக்கு விரைந்தான். மீண்டும் சில்லென்று காற்று வருடியது. இந்த முறை பார்த்த போது சிவாவிற்கு வியர்க்க ஆரம்பித்தது. அவனை ஒரு மைக்ரோ ட்ரோன் வேவுப் பார்த்துக் கொண்டிருந்தது. அறைக்குள் நுழைந்து சட்டென தாளிட்டுக் கொண்டான். கண்களை இறுக்க மூடிக் கொண்டான். லேப் சிதறியிருக்குமோ, பொருட்கள் கலைந்து, உழைப்பால் கட்டிய கோபுரம் சிதைந்திருக்குமோ என்ற கலக்கம். கலங்கி நிற்கும் பொழுதுகளில் தான் ஒருவரின் உண்மையான துணிச்சல் வெளிவரும் என்பது போல், என்ன தான் நடந்துவிடும் ஒருகைப் பார்த்து விடுவோம் என்று உறுதிக் கொண்டு கண்களை திறந்தான் சிவா.

எல்லா பொருட்களும் இருக்க வேண்டிய இடத்தில் இருந்தன. “கான்பிடென்சியல்” என்று எழுதப்பட்டிருந்த கோப்புகள் கலையாமல் இருந்தன. விருட்டென்று திரும்பி கதவை மெல்லத் திறந்து மெலிதான இடுக்கில் வெளியே பார்த்தான். மைக்ரோ ட்ரோன் அதே இடத்தில நின்றுக் கொண்டிருந்தது. சட்டென கதவை மூடி, நடந்த சம்பவங்களை வரிசையாக அசைப் போட்டான்.

எந்த துப்பும் கிடைக்கவில்லை.

பாதி தூக்கத்தில் அதிகாலையில் எழுந்தது, வெறும் வயிறு எல்லாம் சேர்ந்து ஒரு தலை சுற்றலை

சிவாவிற்கு உருவாக்கியது. நீண்ட மூச்சை உள்வாங்கி இழுத்தான். கண்களை கசக்கிப் பார்த்ததில் மேசை மீதிருந்த கணிணித் திரை சற்று வளைந்திருந்தது. அருகே தவழ்ந்து சென்று உற்று நோக்கினான். சேதமாயிருக்கிறதா என்பதை சோதிக்க கையை நீட்டினான். மைக்ரோ ட்ரோன் ஜன்னல் வழியாக அறைக்குள் நுழைந்தது.

மைக்ரோ ட்ரோன் சிறுவண்டு பூவில் உட்காருவது போல் கான்பிடென்சியல் கோப்புகள் மேல் உட்கார்ந்தது. லேப்பில் உள்ள ஆர்எப் ஜாமரைத் தேடினான். கிடைக்கவில்லை. வியர்த்து ஈரமான அவனது கருப்பு சட்டையை ட்ரோன் மீது வீசினான். ட்ரோனை சட்டை மறைத்தது. பறக்கவும் விடாமல் செய்தது. வல்லவனுக்கு புல்லும் ஆயுதம் என்று தோள் தட்டிக் கொண்டான்.

வளைந்த கணிணித் திரையை தொட்டபோது சூழும் ஒளிச் சக்கரங்கள் திரையில் மின்னின. ஜியோ கோ-ஆர்டினேட்ஸ் என்று சொல்லப்படும் புவி ஒருங்கிணைப்புகளின் தகவல் தோன்றியது. 90 11' 0" மேற்கு, 790 24' 0" கிழக்கு உள்ள பதிவை தொட்டான். குவாண்டம் செயலாக்கம் தொடங்கியது. கோப்புகளை லாவகமாக எடுத்து திரையை நோக்கி வீசினான். அடுத்த நொடி, ஒளி சுழற்சியில் கொடுக்கப்பட்ட புவி ஒருங்கிணைப்பை நோக்கி கோப்புகள் ஒளித் துகள்களாக பயணிக்க தொடங்கின. ஒரு குறுநொடியில், சட்டை மூடியிருந்த மைக்ரோ

ட்ரோன் ஒரு சிறிய இடைவெளியில் வெளியே வந்தது. சுழன்று கொண்டிருந்த திரையை நோக்கி பறந்தது. சிவா பாய்ந்து அதை தடுக்க முயன்றான். திரை முன் இருந்த பொத்தான்கள் மீது விழ, உயர் அலை வெண் ஒளியன்கள் தோன்ற ஆரம்பித்தன.

ஜுவாலை போன்ற சுழலும் தீ பிழம்பு திரையினுள் தோன்றி எதிரேயிருந்த மேசை, மைக்ரோ ட்ரோனை பஸ்பமாக்கியது. மயிரிழையில் அதன் தாக்கத்திலிருந்து தப்பினான் சிவா. அறை முழுதும் புகை மண்டலம் ஆனது.

கனவெல்லாம் கைநழுவி போனது ஒரு பக்கம் இருந்தாலும் டாக்டருக்கு என்ன பதில் சொல்வது என்று செய்வது அறியாது சிவா நின்றான். தீ அணைப்பானை பயன்படுத்துவதற்கு முன் சாம்பல் தான் மிஞ்சியிருந்தது. இத்தனை நேரம் அவன் மறந்தே போயிருந்த பொருள், அவனுடைய கைபேசி... சிணுங்கியது. மறுமுனையில் கீதா வீடியோ இணைப்பில் வந்தாள். அரை மனதுடன் எடுத்தான்.

கீதாவின் வீட்டில் டாக்டரும் மாமியும் காபி குடித்துக் கொண்டிருந்தார்கள். டாக்டர் வாசு, "நம்ம ப்ராஜெக்டை ஹால்ட் செய்ய சொல்லி டெல்லியிலிருந்து தகவல் வந்தது. இந்திய உளவுத்துறையும் இது ஒரு செக்யூரிட்டி த்ரெட் ஆகலாமோ என்று சந்தேகத்தை எழுப்பி, எங்களை வேவு பார்க்க ஆரம்பித்தது. நம்ம கீதா ஐ.பி.எஸ்-இன் ஆலோசனைப்படி உனக்கு கால் பண்ணி டெல்லி பிளான் என்று சொல்லி ஒரு வாரம்

கீதாவீட்டில் அடைக்கலம் புக ப்ளான் செய்தோம். நீ ஆம்புலன்ஸ் தொடராமல் வீட்டுக்குள் போனாய். “திங்ஸ் ஹவ் கான் எ வே அபவ்”, என்று சொல்லி கண்ணாடியை கழட்டினார்.

வீடியோ இணைப்பைத் துண்டிக்காமல் அந்த சிதைந்த கணிணித் திரையை டாக்டருக்கு காட்டினான். இரு பக்கமும் மௌனம். அதிசயமான ஒரு கீற்று ஒளி திரையில் தோன்றியது. காபியின் வாசனை மூக்கை துளைத்தது. கீதா வீடியோ இணைப்பில் தோன்றியபோது, அவளுடைய பெர்ஃப்யூம் வாசனை சேர்ந்து வந்தது.

****

இரண்டு மாதங்களுக்கு பின்னர்,

சி. எஸ்.ஐ. ஆரில் டாக்டர் வாசுவுக்கும் சிவாவிற்கும் அரிய அலைவெண்களைக் கொண்டு வாசனையை ஓரிடத்திலிருந்து மற்றொரு இடம் தகவல்களை போல பயணம் செய்விக்க முடியும் என்ற ஆராய்ச்சியைப் பாராட்டி விருது வழங்கியது.

டாக்டர் வாசு, “நம்ம கனவு ப்ராஜெக்ட் இப்படி அபார்ட் ஆயிருக்க கூடாது சிவா” என்றார். “சார், அது ஹால்ட் தான் ஆனது, அபார்ட் ஆகலை. அந்த டீடெயில்ஸை சேஃப் ஆ போர்ட் பண்ணிட்டேன்” என்று கண்ணடித்தான். இடையில் நுழைந்த சி. எஸ்.ஐ. ஆர் தலைவர், “ஜென்டில்மேன், வாட்ஸ் யுவர் நெக்ஸ்ட் ப்ளான்”, என்று சிவாவை கேட்டார். “ஐ ஆம்

ஆஃப் டு தனுஷ்கோடி, மை ஹோம் டவுன் சார்", என்று புன்முறுவலுடன் சொன்னான். அவன் அன்று தந்த புவி ஒருங்கிணைப்புகள் ஆள் அரவமில்லாத சிதிலமடைந்த தனுஷ்கோடி புனிதத்தலத்தை நோக்கி இருந்தன.

ஒளி மீண்டு தெரியும்! ஒளி மீண்டும் தெரியும்!

செல்லமடி நீ எனக்கு!

அவளிடத்தில் கேட்க நினைத்து மறைத்து வைத்த ஒரு கேள்வி எப்படியோ இன்று கேட்டு விட்டேன். எதிர்பார்த்தது போல் அவள் பதில் ஒரு புன்னகை மட்டுமே. எனக்கும் அதற்கு மேல் வற்புறுத்த மனமில்லை. அம்மு அத்தனை அழகு.

தான் என்ன கேட்டாலும் அதற்கு சம்மதம் மட்டுமே கூறும் பெண்ணை என்ன கேள்வி கேட்பது என்று எப்போதும் குழம்பி போவான் செல்வா. இரண்டு வருட அன்னியோனியத்தில் அத்தனை நொடிகளும் துள்ளல், சிரிப்பு, சந்தோஷம், அணைப்பு, அளப்பரிய காமம் என்று பெரிய குதூகலக் கலவை. பார்ப்பவரெல்லாம் கொடுத்து வைத்தவன் இவன் என்று நினைக்காமல் போவதற்கு வாய்ப்பே இல்லை.

வெள்ளிக்கிழமைகளின் மாலைப் பொழுதை ஒரு ஜென்ம சாபல்யமாக பார்க்க வைத்த பெருமை ஐ.டி தொழிலைச் சாரும். வார நாட்களெல்லாம் வெள்ளிக் கிழமையாய் மாறாதா என்ற ஏக்கத்துடன் வாரத்தைக் கழித்தான் செல்வா. அதில் ஆர்வத்தை இன்னும் அதிகமாக்கியது அந்தக் கேள்வி. பல முறை இருவரும் சென்றிருந்தாலும் இந்த முறை செல்லும் ஏற்காடு பயணம் ஒரு விடையில்லா கேள்விக்கு முற்றுப்புள்ளி வைக்கும் என்று நம்பினான்.

காரில் ஏறிய உடனே கேள்வி கேட்டதால் பயணம் எப்படி மாறுமோ என்ற பதட்டத்துடன் ஓட்டினான் செல்வா. கேள்வியே காதில் விழாதது போல் புன்னகைத்து விட்டு காரில் உள்ள பாடல்

ப்ளேலிஸ்டை துழாவிக்கொண்டிருந்தாள் அம்மு. "இந்த பாட்டைக் கேளு செல்வா", என்று கொஞ்சும் மொழியில் சொல்லி அவன் காதுகளை வருடினாள்.

"இது போதும் எனக்கு இது போதுமே, வேறென்ன வேண்டும் நீ போதுமே...", என்று கூடவே பாடினாள். "செல்வா, நீ மட்டும் போதாது. எனக்கு ஆம்பூர் ஸ்டார் பிரியாணியும் வேணும். போகும் போது வாங்கிக் கொடு. போன தடவை மாதிரி செக்கின்-க்கு டைம் ஆயிடுச்சுன்னு சீக்கிரம் கூட்டிக்கிட்டு போகாதே!", என்று அவள் சிணுங்கியதில், "நீ ஸ்டார் பிரியாணிக் கடையே கேட்டாக் கூட வாங்கி தருவேன்டி", என்று நினைத்து சிரித்தான்.

ராணிப்பேட்டை டோல் கேட்டில் வழக்கத்திற்கு மாறாக ஒரு பெண் உட்கார்ந்திருந்தாள். தனது ரே-பேன் ஏவியேட்டர் கண்ணாடியை சரி செய்துக் கொண்டு ஒரு மிடுக்குடன், கார் கண்ணாடியை இறக்கி, "சிங்கள்" என்றான். அவன் சீட்டை வாங்கும் முன், அவன் தலையில் நச்சென்று எட்டிக் கொட்டினாள். "ஹே... என்ன பண்ற?", என்று தலையை சரி செய்து உறுமினான். "என்னை பக்கத்தில் வச்சுக்கிட்டே சிங்கிள்னு சொல்ற, ஏன் ஒன்-வே னு சொல்லக் கூடாதா?" என்று மிரட்டாத குறையாக கேட்டாள். கோபமே வராத அம்முவா இது என்று புருவத்தை உயர்த்தினான். "நீ டோல்கேட்-ல ஃபிகரை பார்த்தவுடனே செம ரியாக்ஷன் டா", என்று கைக் கொட்டி சிரித்தாள். அவள் குலுங்கி குலுங்கி சிரித்தது அவனுக்கு கிறக்கம்

தந்தது. இதோ வருகிறேன் ஏற்காடு என்று டாப் கியரில் காரை ஓட்டினான். கேள்வி மறந்தே போனது.

ஆம்பூரில் பிரியாணி வாங்கியாகிவிட்டது. சேலம் வந்தாகிவிட்டது. "செல்லக்குட்டி, காலைல அவோமின் போட்டியா, உனக்கு மலை டிரைவ் ஒத்துக்காதே டி" என்றான். "இப்போ போட்டா, நோ யூஸ். நான் கார்ல இருக்கும் மின்ட்-ஐ வாயில் வச்சிக்கிறேன்." என்றான். காரின் டேஷ்-போர்டை திறந்தவளுக்கு அதிர்ச்சி. அதில் ஒரு குழந்தையின் படம் அழகான பிரேமில் இருந்தது. ஏதோ கேள்விக் கேட்க போகிறாள் என்று நினைத்த செல்வா மீது மீண்டும் ஒரு புன்னகையை வீசினாள். "சார், ஒரு முடிவோட தான் இருக்கீங்க போல" என்று சொல்லி உதடுகளை குவித்து உள்ளிழுத்துக் கடித்துக் கொண்டாள்.

அம்முவிற்கு தலை சுற்றாதவாறு லாவகமாக காரை ஓட்டினான். தலை லேசாக சுற்றினால் கூட செல்ஃபி எடுப்பதை அம்மு நிறுத்தவில்லை. "நான் வேணும்னா உன்னை ஆங்கிள் ஆங்கிளா எடுக்கிறேன், ஏன் இவ்ளோ கஷ்டப்பட்டு போட்டோ எடுக்கிற?" என்று செல்வா கேட்டான். "இன்ஸ்டா-வுக்கு தான் பாஸ். நான் என்ன உங்களை மாதிரி லிங்க்ட்-இன் லயா ப்ரொஃபைல் போட முடியும். எனக்கு தெரிஞ்சதெல்லாம் இன்ஸ்டா/எஃபி தான்". பேசிக் கொண்டே வந்ததில் ரிசார்ட்டை தாண்டி சென்றதை இருவருமே கவனிக்கவில்லை. அதை உணர்ந்த தருணத்தில் இருவரும், பேச்சில்லயித்து போய்ப் பாதை மறந்த நிமிடங்களை

நகைச்சுவை மழையாக்கி சிரித்துசிரித்து உட்கார்ந்தே உருண்டுக் கொண்டிருந்தார்கள். மெல்லிய சாரல், கார் முன்-கண்ணாடிகளில் தூவ, அம்முவும் செல்வாவும் உள்ளே முத்தமழை பொழிந்துக்கொண்டார்கள்.

ரிசார்ட்டில் மிக அழகான அறை. அந்த அறையின் ஒரு பகுதியில் கண்ணாடித்தரை. கீழே பள்ளத்தாக்கு போல் தெரிந்தது. “செல்வா பாத்ரூம்-லயும் அதே செட்டப். அப்போ குளிச்சா, ஃப்ரீ ஷோ வா?” என்று கூவினாள்.” உன்னை ஃப்ரீ ஷோ பார்க்க என்னை தவிர வேற யாராவது இருக்காங்களா அம்மு?” என்று ஆண்மைக்கே உரிய வன்மம் எட்டிப் பார்த்த போது முகம் சுளித்தாள். செல்வாவிற்கு அந்தக் கேள்வி மீண்டும் ஞாபகம் வந்தது.

மாலை பொழுதின் மயக்கத்தை இருவருமே உணர ஆரம்பித்தார்கள். அம்முவின் கால்களை மெதுவாய் தொட்டான். “என்னாச்சு அம்மு கால் இவ்ளோ வீங்கிருக்கு”, என்று பதட்டமாக கேட்டான். “லாங் ட்ராவல் னால இருக்கும் செல்வா”, என்று சிறிது அசதிக் கலந்த குரலில் சொன்னாள். அந்த மெல்லிய உடையில் இருந்த அம்மு மீது பாயாமல், அவள் கால்களை அவன் மடி மீது எடுத்து வைத்து மென்மையாக பிடித்து விட்டான். “ஐ அம் வெரி லக்கி”, என்று காற்றில் முத்தங்களை அனுப்பினாள்.

“உனக்கு பரவாயில்லைனா, நான் ரெண்டு ட்ரிங்க்ஸ் ஆர்டர் பண்ணிக்கவா அம்மு” என்று கேட்டான் செல்வா. உங்க இஷ்டம். ரெண்டு பரவாயில்லை.

ஆனால் உடம்பைக்கெடுத்துக்காத செல்வா. பழக்கம் ஆகிடப்போகுது என்று அக்கறை ததும்ப அவனை அழைத்து நெஞ்சில் சாய்ந்தாள். இரவின் மடி இந்த காதல் பறவைகளை அழகாக அணைத்துக்கொண்டது.

விடிந்ததும் காபி, பின்னர் நீச்சல் குளம், ஸ்பா என்று பொழுது கழிந்தது. “சாயங்காலம், என்ன பிளான் அம்மு”, என்று கேட்டவுடன், துள்ளிக்குதித்த அம்மு, “அந்த பள்ளத்தாக்கிலே ரொம்ப அழகான கோயில் இருக்கு போலாமா?” என்றாள். “கோயிலுக்கா?”, என்று விழித்தான் செல்வா. “உனக்கு தான் பெருமாள் கோயில் புளிசாதம் பிடிக்குமே”, என்று நக்கலடித்து சிரித்தாள். சேலை கட்டும் பெண்ணுக்கொரு வாசம் உண்டு என்பதற்கேற்ப, அந்த ஏற்காடு மலைக்கே புது வாசம் பூசும் அளவுக்கு அழகாய் சேலையில் மின்னினாள் அம்மு.

எல்லாம் நிறைவாய் இருந்தது. அர்ச்சகர் வாயைத்திறக்கும் வரையில். “சீக்கிரம் புத்திரப்பாக்கியம் ப்ராப்திரஸ்து” என்று சொன்ன நிமிடத்திலிருந்து இத்தனை நேரம் இடம் தெரியாமலிருந்த மௌனம் மட்டுமே உலவிக் கொண்டிருந்தது.

எரியும் தணலில் எண்ணெயா, வேண்டவே வேண்டாம் என்று கேள்வியை விழுங்கிக்கொண்டான் செல்வா.

கிளம்பும் நேரம் நெருங்கநெருங்க, ஒருவரையொருவர் ஓரக்கண்ணால் பார்த்துக்கொண்டிருந்தனர். “அம்மு, நெக்ஸ்ட் ட்ரிப் மேக்கரை-ன்னு குற்றாலம் பக்கத்தில்

ஒரு இடம் இருக்காம். லாங்-வீக்கெண்டுக்கு பிளான் பண்றேன். ஓகே, வா?" என்றான். "நான் டேட்ஸ் பார்த்து சொல்றேன், செல்வா". என்றான். "என்ன?..." என்ற செல்வாவின் புதிரான கேள்விக்கு, மூன்று விரல்களை உயர்த்தினாள். "ஹோ, ஓகே. ஐ காட் இட்", என்று பெருமூச்சு விட்டான்.

சென்னையை நெருங்கிவிட்டோம் என்பதை வாகன நெரிசல் உணர்த்தியது. ப்ளேலிஸ்டில் பாடல்கள் தீர்ந்து, பேச்சுவார்த்தை ஆரம்பிக்கும் நேரம் வந்தது. "அம்மு, அந்த கேள்வியை கேட்கவும் பிடிக்கலை, ஆனால் கேட்காமல் இருக்கவும் மனசில்லை. அதான் கேட்டேன். அந்தப் பதில் எனக்கு நிம்மதியைத் தரும். இந்த உறவை அர்த்தமாக்கும். பதில் சொல்வியா?", என்று கெஞ்சிக்கேட்டான் செல்வா.

"நீங்க எது கேட்டும் இல்லைன்னு சொன்னதில்லை செல்வா. நான் டென்த் வரைக்கும் தான் படிச்சிருக்கேன். படிச்சது கான்வென்ட்னாலே தான் இந்த சரளமான இங்கிலீஷும் நடைஉடை பாவனை எல்லாம். ஒருத்தனை சின்சியரா லவ் பண்ணினேன். ஓடிப்போய் திருட்டுக் கல்யாணம். உடனே குழந்தை. அவனுக்கு ரொம்ப குடிப்பழக்கம். ஒரு ஆக்சிடெண்ட்ல மூணு வருஷம் முன்னாடி இறந்துட்டான். கைக்குழந்தையை வச்சுக்கிட்டு என்ன பண்ணனும்னு தெரியாத

போது, பழைய நட்பு வட்டாரம் சொன்ன யோசனை "கம்பெனியன்ஷிப்", மானம் போகலாம் வரவு. உங்க நண்பர் சிவா மூலமா உங்க காண்டாக்ட் கிடைச்சுது,

கல்யாணமான ஒரே வருஷத்தில் விவாகரத்துன்னு உடைஞ்சு போயிருந்த உங்களை எனக்கு பிடிச்சிருந்தது. கம்பெனியன்ஷிப்பில் தொடங்கி நைட் ஸ்டே வரைக்கும் வந்திருக்கேன்.

எனக்கு கமிட்மெண்டில் இஷ்டமில்லை. நீ யார்? உன் பேக்-கிரௌண்ட் என்ன? என்னை கல்யாணம் பண்ணிக்கிறியா? என்ற கேள்விக்கே இடமில்லை செல்வா. வெளிநாட்டிலே ப்யூடீஷியன் வேலை ட்ரை பண்றேன். பார்ப்போம்." என்று அவள் பேசி முடித்த சில நிமிடங்கள் செல்வா பேசவேயில்லை.

அவள் வீடு வந்ததும், "பை, லுக்கிங் ஃபார்வர்டு டு மீட் யூ", என்றான்.

கண் கொட்டாமல் பார்த்தாள் அம்மு.

"கண்டிப்பா, மேக்கரை டீடெயில்ஸ் அனுப்புங்க", என்று சிரித்தாள். இறங்கும் முன் கார் டேஷ்-போர்டில் இருந்த அவளது குழந்தையின் ஃபோட்டோவை எடுத்துக் கொண்டு கையசைத்தாள்.

மீண்டும் சந்திப்போம் என்று தன் புன்னகை மொழியை வீச, செல்வாவின் கார் பதிலுடன் கிளம்பியது.

www.ingramcontent.com/pod-product-compliance
Lightning Source LLC
La Vergne TN
LVHW040441051026
849517LV00002B/707
9798885304511